കാക്കപ്പുല

INSIGHT PUBLICA®

Nadakkavu, Kozhikode, Kerala, 673011
www.insightpublica.com
e-mail: insightpublica@gmail.com
Title: **Kakkappula**
Author: **Vamadevan Kalalaya**
(Malayalam Drama)
Layout & Cover: kjvj@insight
First Edition: December 2021

Printed and Published by
InsightinPublica Printers & Publishers Pvt. Ltd.
ISBN 978-93-5517-094-1

കാക്കപ്പൂല

(നാടകം)

വാമദേവൻ കലാലയാ

INSIGHT PUBLICA

ആലപ്പുഴ ജില്ലയിൽ പള്ളാത്തുരുത്തു വടക്ക്, ഇന്നത്തെ നെഹ്റുട്രോഫി വാർഡിൽ ജനനം. കാർത്ത്യായനി-പി.കെ പപ്പു മാതാപിതാക്കൾ.

ഔദ്യോഗിക ജീവിതത്തോടൊപ്പം ട്രേഡ്യൂണിയനുകളുടെയും, ദേശാഭിമാനി സ്റ്റഡി സർക്കിൾ, പുരോഗമന കലാസംഘം എന്നീ സംഘടനകളുടെയും ജില്ലാ സംസ്ഥാന കമ്മിറ്റികളിൽ പ്രവർത്തിച്ചുവന്നു. ഇപ്പോൾ പുരോഗമന കലാസാഹിത്യ സംഘം സംസ്ഥാന കൗൺസിൽ അംഗം.

1968 ഡിസംബറിൽ കൊച്ചിൻ ഫൈൻ ആർട്സ് സൊസൈറ്റി നടത്തിയ അഖില കേരള നാടകമത്സരത്തിൽ ശ്രദ്ധേയമായ പൗർണ്ണമി നാടകം അവതരിപ്പിച്ചുകൊണ്ടു തുടക്കം. 1970 ൽ ആലപ്പി കയർഫാക്ടറി തൊഴിലാളി യൂണിയൻ വാർഷികത്തോടനുബന്ധിച്ചു നടത്തിയ നാടക മത്സരത്തിൽ നല്ല നാടകം, നല്ല നടൻ, നടി ബാലനടി എന്നീ സമ്മാനങ്ങൾ നേടിയ 'പണിമുടക്ക്' നാടകത്തിന്റെ രചനയും സംവിധാനവും നിർവ്വഹിച്ചുകൊണ്ടു നാടകരംഗത്തു സജീവം.

തുടർന്നു എഴുതി അവതരിപ്പിക്കുകയും സമ്മാനങ്ങൾ നേടുകയും ചെയ്തു നാടകങ്ങളിൽ ചിലത് പ്രഹരം, പ്രണാമം, പ്രതീകം (കെസ്ക്കാ നാടകമത്സരത്തിൽ സമ്മാനാർഹമായി).

കുചേലവൃത്തം, കാക്കപ്പുല (കെസ്ക്കാ നാടക മത്സസരത്തിൽ രചന, സഹനടൻ, നടി എന്നീ സമ്മാനങ്ങൾ നേടി) അതേ വർഷം (തിരുവനന്തപുരം വിക്രം സാരാഭായ് സ്പെയ്സ് സെന്റർ നടത്തിയ സ്പാർക്ക് നാടകമത്സരത്തിൽ നല്ല നടിയ്ക്കുള്ള സമ്മാനം നേടി) കിളി ഉണരും മുമ്പെ... തിരയടങ്ങാത്ത തീരങ്ങൾ, കൊടിച്ചാനം (തിരുവനന്തപുരം കെസ്ക്കാ നാടകമത്സരത്തിൽ നടി, സഹനടൻ അവതരണം എന്നീ സമ്മാനങ്ങൾ നേടി) പുരസ്ക്കാരം (2007ൽ എ.പി.കളയക്കാട് സാഹിത്യ അവാർഡ് നേടി) കബനി നദീ സാക്ഷി (2008ലെ അബുദാബി ശക്തി സാഹിത്യ അവാർഡ് നേടി) പന്തേര് എങ്കാള് തുടി നഗ്ന നഗരം, മുറിവുണങ്ങാത്തവർ, അയ്യപ്പൻ വാവ പറയുന്നു എന്നീ നാടകങ്ങളും വിശ്വാസങ്ങളുടെ നൊമ്പരം, വിഷുക്കണി, നിയമം പ്രതിക്കൂട്ടിൽ, അശരണ ഗാഥ, പെരുമ്പുല, കൊച്ചാരണചേട്ടന്റെ മക്കൾ, വേദനയുടെ താഴ്വരയിൽ, രണധീരർ ഉണരുമ്പോൾ തുടങ്ങിയ ലഘുനാടകങ്ങളും.

കീറത്തുണി, അദ്ദേഹം, രക്തം പുരണ്ട കൈപ്പത്തി, അഭിനവരാജകുമാരൻ വേദാന്തങ്ങൾ വേദനകൾ, തിരുമുറിവുകൾ, തലസ്ഥാനത്തു നിന്നുള്ള വാർത്ത എന്നീ തെരുവു നാടകങ്ങൾ എഴുതി അവതരിപ്പിച്ചിട്ടുണ്ട്.

ഔദ്യോഗിക രംഗത്തുനിന്നും വിരമിച്ചശേഷം പൊതുരംഗത്തും കലാ-സാംസ്കാരിക രംഗത്തു സജീവം.

ഭാര്യ-കെ.എം ചന്ദ്രമതി

മക്കൾ-ബിനുചന്ദ്രദേവ്, അഭിലാഷ്, അനുലക്ഷ്മി, അനൂപ് ചന്ദ്രദേവ്, ധന്യ

വിലാസം-വാമദേവൻ കലാലയ,
കലാലയാ, സുൽത്താൻ ബത്തേരി -673592
ഫോൺ: 9495338301, 04936-221654

വാമദേവൻ കലാലയാ

ഓർക്കാൻ മാത്രം

1979 ഫെബ്രുവരിയിൽ ആലപ്പുഴയിൽ നിന്നും സുൽത്താൻ ബത്തേരിയിലേയ്ക്കു താമസം മാറ്റേണ്ടിവന്നു.വയനാട്ടിൽ കാപ്പിക്കുരു പറിച്ച് ഉണങ്ങി പരിപ്പ് എടുക്കുന്ന കാലത്താണ് എന്റെ വരവ്. ഉദ്ദേശം ആറടി നീളമുള്ള മുളയാണ് അവർ കാപ്പി കുത്താൻ ഉലക്കയായി ഉപയോഗിക്കുന്നത്. ആദിവാസിപ്പെണ്ണുങ്ങൾ വീട്ടിൽ വന്നപ്പോഴാണ് ഞാൻ അവരെ ആദ്യമായി കാണുന്നത്. അവരുടെ വേഷവും ഭാഷയും എന്നെ വല്ലാതെ ആകർഷിച്ചു. ഞാൻ അവരോടു കൂടുതൽ അടുത്തു പെരുമാറാൻ തുടങ്ങി. അവരുടെ ജീവിതരീതിയും ദുരിതങ്ങളും കണ്ടാൽ അതു മറക്കാൻ കഴിയുന്നതല്ല. പാടികളിലെ ജീവിതവും ആചാരനുഷ്ഠാനങ്ങളും ജീവിതപ്രയാസങ്ങളും എന്റെ മനസ്സിൽ ഒരു നാടകരചനയ്ക്കു തുടക്കമിട്ടു.

എഴുപതുകളിൽ ഞാൻ വയനാട്ടിൽ കണ്ട തനതു ഭാഷയും വേഷവും ആചാരനുഷ്ഠാനങ്ങളുമെല്ലാം അതിന്റെ തനിമ ചോരാതെ കാക്കപ്പുല അടക്കമുള്ള ആദിവാസി ജീവിത പശ്ചാത്തലത്തിലുള്ള നാടകങ്ങളിൽ ചേർത്തിട്ടുണ്ട്. ആദിവാസികളുടെ വ്യത്യസ്ത ആചാരനുഷ്ഠാനങ്ങൾ സന്നിവേശിപ്പിച്ചു ആദ്യം എഴുതിയ നാടകമാണ് കാക്കപ്പുല. തങ്ങളുടെ മൺമറഞ്ഞുപോയവരുടെ ഓർമ്മ പുതുക്കാൻ നടത്തുന്ന ആണ്ടടിയന്തിരമാണ് കാക്കപ്പുല. വിവിധതരം ആചാരനുഷ്ഠാനങ്ങളാണ് മറ്റു നാടകങ്ങളിൽ ചേർത്തിട്ടുള്ളത്.

1982 മേയ് മാസത്തിൽ കാക്കപ്പുല തിരുവനന്തപുരം വിക്രം സാരഭായ് സ്പെയ്സ് സെന്റർ നടത്തിയ സ്പാർക്കു നാടകമത്സരത്തിൽ

അവതരിപ്പിച്ച സമ്മാനാർഹമായി.അതേ വർഷം കെ.എസ്.ആർ.ടി. സി തിരുവനന്തപുരം കെസ്ക്കാ നാടകമത്സരത്തിൽ കാക്കപ്പുല രചന, നടി, സഹനടൻ എന്നീ അവാർഡുകൾ കരസ്ഥമാക്കി. തുടർന്നു വയനാട്ടിലും മറ്റു ഇടങ്ങളിലും കാക്കപ്പുല അവതരിപ്പിക്കാൻ അവസരം ലഭിച്ചിട്ടുണ്ട്.

ഈ നാടകത്തിന്റെ രചനയ്ക്കു ആദിവാസി ഭാഷയും ആചാരരീതിയും പറഞ്ഞു പഠിപ്പിച്ചുതന്ന ബത്തേരി ആറുമാട് പണിയ കോളനിയിലെ വേമ്പിമൊരത്തി, വേമ്പിവല്ലമ്മ മരുമകൾ കറുപ്പി (കറുപ്പി പിന്നീട് ക്യാൻസർ വന്നു മരിച്ചു) എന്നിവരോടുള്ള നന്ദിയും കടപ്പാടും വാക്കുകളിൽ ഒതുക്കാവുന്നതല്ല.

നാടകത്തെപ്പറ്റി

വയനാട്: സമുദ്രനിരപ്പിൽ നിന്നും ആയിരത്തി ഇരുന്നൂറടി ഉയരത്തിൽ ഒൻപതു മുടുപ്പിൻ വളവുകളോടു കൂടിയ താമരശ്ശേരി ചുരത്തിനു മുകളിലെ പ്രകൃതിരമണീയമായ സ്ഥലം.

കുന്നിൻചരിവുകൾ, അരുവികൾ, പുഴകൾ, ഇടതിങ്ങിയ ചെറുചെറുമലകൾ, ഇടകലർന്ന നെൽവയലുകൾ, കാട്, ഒരു വീട്. അവിടെ നൂറുനൂറു ഗോത്രങ്ങൾ, ആചാരനുഷ്ഠാനങ്ങൾ, ഭാഷകൾ, വേഷങ്ങൾ, ജീവിതചര്യകൾ എന്നാലുമവർ അടിസ്ഥാനപരമായി ആദിവാസികൾ.

ജനനമരണങ്ങൾക്ക് സാക്ഷിയായി അവനെ പൊതിഞ്ഞു കാത്തു സൂക്ഷിക്കുന്ന മാതാവായ കാട് അവന്റെ തപ്പും തുടിയും, ചീനിയും, ഈണമൂറുന്ന പാട്ടും കാട്ടിൽ ആഹ്ലാദത്തിന്റെ അലകളിളക്കി.

കരിനാഗങ്ങളെയും കാട്ടുമൃഗങ്ങളെയുംമാത്രം പേടിച്ചിരുന്ന ഒരു കാലം. ചുരത്തിന്റെ ചരുവിൽ കാലിനോട്ടക്കാരനായ കരിന്തണ്ടനുത്തപ്പനെ സഹായത്തിനുകൂട്ടി ആ ബ്രിട്ടീഷ് സായിപ്പ് ചുരത്തിനു മുകളിലെത്തി. ഇനി മറ്റാർക്കു വഴി കാട്ടി ആകാതിരിക്കാൻ നന്ദി സൂചകമായി സായിപ്പിന്റെ തോക്ക് കരിന്തന്റെ മുതുകിൽ മുദ്ര ചാർത്തി ജീവനെടുത്തു.

പിന്നെ, നാടു നേടിയ സ്വാതന്ത്ര്യത്തിന്റെ ബാലപാഠങ്ങൾ അപരിഷ്കൃതനായ അവനെപഠിപ്പിച്ചു. ഒന്നും തിരിയാതെ അന്തം വിട്ടു നോക്കി നിന്ന അവൻ തോട്ടവൽക്കരണത്തോടെ ആട്ടി ഓടിക്കപ്പെട്ടു.

ശേഷിക്കുന്ന ഭൂമിയിൽ ജീവിച്ചുവന്ന അവനെ രേഖ ചമച്ചു, അളവും, കണക്കും പറഞ്ഞു പറ്റിച്ചു കയ്യേറ്റക്കാർ കയ്യടക്കി. അതോടെ അവൻ അനാഥനും, ബഹുമുഖ ചൂഷണങ്ങൾക്കു ഇരയാകുന്ന ഉപകരണമായി മാറി.

അങ്ങനെ നാട്ടിൽ കൊതിക്കണ്ണുകൾ അവന്റെ തേനുംതിനയും, തേൻ നിറമുള്ള പെണ്ണാളിനെയും മണ്ണും തൊട്ടുഴിഞ്ഞു കയ്യടക്കി.

പണവും അധികാരവും അതിഥിയായ് കടന്നെത്തി കുടിച്ചു കൂത്താടി കാട്ടിറച്ചിയും, കാട്ടുപ്പെണ്ണിനെയും കടിച്ചു കീറി ആസ്വദിച്ചു. അവിവാഹിതരായ അമ്മമാരെ സൃഷ്ടിക്കപ്പെട്ടു.

പിന്നെ മലയും, മരവും, മതവും, രാഷ്ട്രീയവും മത്സരിച്ചു കയ്യടക്കി പങ്കുവെച്ചു. ചത്താൽ കുഴിച്ചിടാൻ ആറടിമണ്ണിനു പോലും അവകാശികളല്ലാതാക്കി. ഇന്നു കാട്ടുമക്കൾ കണ്ണൻ ചിരട്ടയുമായി കാരുണ്യത്തിനു കൈനീട്ടി കാത്തുനിൽക്കുന്നു.

അന്നു കരിന്തണ്ടനിൽ ബ്രിട്ടിഷ് സായിപ്പ് തുടങ്ങിവെച്ച പൈശാചിക പീഡനങ്ങൾ ഇന്നും ഈ പരിഷ്കൃത സമൂഹത്തിൽ നമ്മുടെ ഇടയിൽ അപമാനകരമായി തുടർന്നുകൊണ്ടേയിരിക്കുന്നു.

ആദിവാസിപീഡനത്തിനും, ഭൂമികയ്യേറ്റങ്ങൾക്കും എതിരായ പോരാട്ടവും, സാക്ഷരതാപ്രവർത്തനവും, ആദിവാസി സംഘടനയും, രൂപപ്പെടുന്നതിനുമുമ്പേ തന്നെ ഈ ആശയം കാക്കപ്പുല ചർച്ച ചെയ്തിരുന്നു.. എന്നാൽ കരിന്തണ്ടനിൽ തുടങ്ങിയ പീഡനം അട്ടപ്പാടിയിലെ മധുവിൽ എത്തിനിൽക്കുമ്പോൾ കാക്കപ്പുലയിലെ മൊയ്യൻ എന്ന പാവം ആദിവാസിയുടെ ക്രൂരമായ കൊലപാതകത്തിനു സമാനമായിട്ടാണു ഞാൻ കാണുന്നത്.

കൊല്ലപ്പെട്ട മധുവിന്റെ ക്രൂരവും പൈശാചികവുമായ കൊലപാതകത്തിൽ അഗാധമായ ദുഃഖവും ശക്തമായ അമർഷവും പ്രതിഷേധവും രേഖപ്പെടുത്തിക്കൊണ്ട് ഈ പുസ്തകം മധുവിന്റെ എന്നെന്നേയ്ക്കുമായ ഓർമ്മയ്ക്കു മുന്നിൽ സവിനയം ഞാൻ സമർപ്പിക്കുന്നു.

കാക്കപ്പുല നാടകത്തിനു പ്രൗഢഗംഭീരമായ അവതാരിക കുറിച്ചു ചാർത്തി തന്ന പ്രഗത്ഭ പ്രതിഭ ശ്രീ കെ ജയകുമാർ സാർ ഐ എ എസ്സിനോടുള്ള നന്ദിയും കടപ്പാടും എന്നും മനസ്സിൽ തെളിഞ്ഞു നിൽക്കും

സ്നേഹത്തോടെ
വാമദേവൻ കലാലയാ

മറക്കാനാവാത്ത ഓർമ്മകൾ

1979 മുതൽ കാക്കപ്പുല വേദിയിൽ അവതരിപ്പിച്ചപ്പോൾ എലു ക്കാൻ മൊരവനെ വേദിയിൽ അവതരിപ്പിച്ച കെ.വാസു, കുരുന്തനെ അവതരിപ്പിച്ച വി എൻ സത്യദേവൻ, കുന്നംപുറത്തു സെയ്തുട്ടി ഹാജിയെ അവതിപ്പിച്ച പി.ഹമീദ് മൊയ്തീൻ വലിയകത്ത്.

ബഷീറിനെ അവതരിപ്പിച്ച - കെ റസാക്ക് വെങ്ങളം കാദറിനെ അവ തരിപ്പിച്ച ആൽബർട്ട് ജെ അലക്സാണ്ടർ, കെ.എം. ഹസൻ കോയ കോഴിക്കോട്, കാക്കപ്പുലയുടെ രംഗപടം വരച്ചു തന്ന ആർട്ടിസ്റ്റ് ആന്റോ റൊസാരിയോ കോഴിക്കോട് എന്നിവരുടെ നല്ല ഓർമ്മയ്ക്കു മുന്നിൽ ഒരു പിടി രക്തപുഷ്പങ്ങൾ അർപ്പിക്കുന്നു.

നേരുരിയാടുന്ന നാടകം

കെ. ജയകുമാർ

ശ്രീവാമദേവൻ കലാലയയുടെ ഏറെ അംഗീകാരം നേടിയ ഈ നാടകം പുസ്തകരൂപത്തിൽ വായനക്കാരുടെ കൈകളിലെത്തുമ്പോൾ അസ്വസ്ഥജനകമായ വലിയൊരു സത്യം നമ്മെ തുറിച്ചു നോക്കുന്നുണ്ട്. 1982 ലാണ് 'കാക്കപ്പുല' ആദ്യമായി അരങ്ങിലെത്തുന്നത്. നാൽപ്പതു വർഷങ്ങൾക്ക് ശേഷം നാടകം ഉയർത്തുന്ന രോഷോദ്ദീപകമായ ചോദ്യങ്ങൾ ഇപ്പോഴും ഉത്തരമില്ലാതെ നിലനിൽക്കുന്നുവെന്ന വാസ്തവം ഹൃദയാലുക്കളെ തപിപ്പിക്കുക തന്നെ ചെയ്യും. ആദിവാസികൾ ചൂഷണത്തിനിരയാവുന്നു എന്നത് വലിയ പുതുമയില്ലാത്ത വാർത്തയാണിന്ന്. ആഹാരം മോഷ്ടിച്ചെന്നാരോപിച്ച് 'മാന്യന്മാർ' തല്ലിക്കൊന്ന മധു എന്ന ആദിവാസി യുവാവിന്റെ ദൈന്യഭാവം പരിഷ്കൃതകേരളത്തെ ലജ്ജിപ്പിക്കണം. അവിവാഹിതരായ ആദിവാസി അമ്മമാരുടെ കഥകൾ അവസാനിച്ചിട്ടില്ല. ശിശുമരണങ്ങൾ തുടർക്കഥയാണ് ആദിവാസി ഊരുകളിൽ. ആദിവാസികൾക്കവകാശപ്പെട്ട ഭൂമിയും മറ്റാനുകൂല്യങ്ങളും ചതിയിൽ തട്ടിയെടുക്കാനും, അവരെ നിത്യചൂഷണത്തിനിരകളാക്കാനും സജ്ജരായ വേട്ടക്കാരുടെ വ്യൂഹത്തിനുള്ളിലാണ് വയനാട്ടിലെയും അട്ടപ്പാടിയിലെയും ആദിവാസികൾ. പട്ടയവും റേഷൻ കാർഡും പണയപ്പെടുത്തേണ്ട സാഹചര്യത്തിൽ അവരെക്കൊണ്ടു ചെന്നെത്തിക്കുന്ന സെയ്ദുട്ടിമാരും കാദർമാരും അഹന്തയുടെയും നിരാർദ്രതയുടെയും പ്രതിരൂപങ്ങളായി നാടകത്തിലൂടെ നമ്മളറിയുന്നു.

മാറിമാറി അധികാരമേൽക്കുന്ന സർക്കാരുകൾ കോടിക്കണക്കിനു പണം മുടക്കിയിട്ടും, അനേകം ക്ഷേമപദ്ധതികൾ 'വിജയകരമായി' പൂർത്തീകരിച്ചിട്ടും ആദിവാസികളുടെ ജീവിതം ഇപ്പോഴും ഇരുളിൽത്തന്നെ തുടരുന്നു. അവരുടെ ജീവിതത്തെ ഗ്രസിച്ചിരിക്കുന്ന അരക്ഷിതത്വവും നിഴൽപോലെ പിന്തുടരുന്ന ചൂഷണങ്ങളും ചതികളും വിട്ടൊഴിയുന്നില്ല. ഒറ്റപ്പെട്ട ആദിവാസിയുവാക്കൾ വിദ്യാഭ്യാസം കൊണ്ട് ജീവിത വിജയം നേടിയിട്ടുണ്ടെന്ന വസ്തുതയും മറന്നുകൂടാ. പക്ഷെ അത്തരം വിജയകഥകൾ എത്ര ചെറുതാണ്, അരങ്ങു വാഴുന്ന അഴിമതിയും ചൂഷണവുമായി തുലനം ചെയ്താൽ പരാജയങ്ങളുടെ തനിയാവർത്തനമായി ആദിവാസി വികസനം രൂപാന്തരപ്പെടുന്നതെന്തുകൊണ്ട്? നിർലജ്ജമായ ചൂഷണത്തിന്റെയും ക്രൂരമായ കണക്കുകൂട്ടലുകളുടെയും നിസ്സഹായരായ ഇരകളായിമാത്രം ആദിവാസികൾക്ക് കഴിയേണ്ടി വരുന്നതെന്തുകൊണ്ട്? തങ്ങളുടെ അവകാശങ്ങളെപ്പറ്റി ആദിവാസികൾക്ക് ഇപ്പോഴും ബോധ്യമില്ല. ചൂഷണത്തെ പ്രതിരോധിക്കാനുള്ള സംഘബലവും അറിവും അവർക്കിപ്പോഴും അപ്രാപ്യം. വർഷങ്ങൾക്കുള്ളിൽ ഊരുകളിൽ യുവാക്കൾക്കിടയിൽ ഉയരുന്ന പ്രതിഷേധ ശബ്ദങ്ങൾ ശുഭസൂചനായി കാണണം. മുഖ്യധാരാ രാഷ്ട്രീയ പ്രസ്ഥാനങ്ങൾ ചൂഷണമെന്ന തുടർനാടകത്തിൽ ഇരകളായ ആദിവാസികൾക്കൊപ്പം പരസ്യമായി കണ്ണീർവാർക്കുകയും, വേട്ടക്കാർക്കൊപ്പം രഹസ്യമായി ആഘോഷിക്കുകയും ചെയ്യുന്നുവെന്ന് ഏവർക്കുമറിയാം.

ഈ യാഥാർത്ഥ്യങ്ങളുടെ ക്രോധവും കണ്ണീരും കുതിർന്നു ചേർന്ന മണ്ണിലാണ് 'കാക്കപ്പുല'യിലെ ജീവിതനാടകം അരങ്ങേറുന്നത്. പണിയ ഭാഷയുടെ ആധികാരികമായ പ്രയോഗം നാടകത്തിനു ആധികാരികത കൈവരിച്ചു കൊടുക്കുന്നു. സെയ്ദുട്ടിയെന്ന കൗശലക്കാരനായ കരാറുകാരന്റെ രണ്ടു മക്കളായ കാദറും ബഷീറും രണ്ട് വിരുദ്ധസ്ഥലികളിൽ നിലയുറപ്പിച്ചുകൊണ്ട് ജീവിതത്തെ കാണുന്നവരാണ്. കാദർ അഹങ്കാരം കൊണ്ട് നയിക്കപ്പെടുമ്പോൾ, ബഷീർ അനുതാപത്താലും നീതിബോധത്താലും പ്രചോദിതനാണ്. നേരിനൊപ്പം നിൽക്കാനുള്ള നിർഭയത്വമാണ് ബഷീർ എന്ന നായകനെ പ്രിയങ്കരനാക്കുന്നത്. ആദർശധീരതയ്ക്കു പരീക്ഷണങ്ങൾ സഹചാരികളാണെന്നു അയാൾക്കറിയാം. അതിനുള്ള വില കൊടുക്കാൻ അയാൾ തയ്യാറാണ്; എന്നാൽ ആത്യന്തിക വിജയം തനിക്കാണെന്നും അയാൾക്കുറപ്പുണ്ട്. ആദിവാസി വീടുകളുടെ നിർമ്മാണത്തിൽ സിമന്റിന് പകരം ചെളി കുഴച്ചു ചേർക്കുന്ന സ്വന്തം പിതാവിന്റെ ഹീനതകളെയും മറ്റഴിമതികളെയും

ധീരമായി വിമർശിക്കാൻ ബഷീറിന് മടിയില്ല. ആദിവാസി ജീവിതത്തെ ചൂഴ്ന്ന നിൽക്കുന്ന പ്രധാനപ്പെട്ട എല്ലാ ചൂഷണങ്ങളെയും അവയുടെ വൈകാരിക സൂക്ഷ്മതയോടെ ഈ രംഗങ്ങളിൽ, തെല്ലും കൃത്രിമത്വമില്ലാതെ നാടകകൃത്ത് സന്നിവേശിപ്പിച്ചിരിക്കുന്നു.

സംഘട്ടനമാണ് നാടകത്തിന്റെ ആത്മാവെന്ന് ഉള്ളുകൊണ്ടറിയുന്ന നാടകകൃത്തും സംവിധായകനുമാണ് വാമദേവൻ കലാലയാ. 'കാക്കപ്പുല'യിൽ തുടക്കം മുതൽ സംഘട്ടനത്തിന്റെ പിരിമുറുക്കം അനുഭവപ്പെടാൻ തുടങ്ങുന്നു. സ്ഫോടനാത്മകമായ സംഭവങ്ങളുടെയും വെളിപ്പെടുത്തലുകളുടെയും ആന്തരികമുഴക്കം നാടകത്തെ ആദ്യന്തം ഉദ്വേഗഭരിതമാക്കുന്നു. സംഘടിച്ച് കരുത്ത് നേടുക എന്ന സ്വാഭാവിക തിരിച്ചറിവിലേക്ക് ആദിവാസികളെ ഉണർത്തുന്നതിനു ബഷീറിന് സാധിക്കുന്നു. നാടകത്തിന്റെ അവസാന രംഗത്തിനു തിരശ്ശീല വീഴുമ്പോൾ, പ്രതീക്ഷയുടെ ഒരു നേർത്ത കിരണം ഹൃദയത്തിൽ സൂക്ഷിക്കാൻ പ്രേക്ഷകർക്ക് കഴിയുന്നു.

സമൂഹത്തിന്റെ, സത്യത്തിന്റെ നേർക്ക് പിടിച്ച കണ്ണാടി എന്ന വിശേഷണം ഈ നാടകത്തിനു പൂർണ്ണമായി ഇണങ്ങും. പരമാർത്ഥത്തിന്റെ അഗ്നിവിരലുകൾ കൊണ്ട് വകഞ്ഞിട്ടതാണ് ഈ നാടകത്തിലെ രംഗങ്ങൾ. ധീരസ്വരത്തിൽ സത്യം വിളിച്ചുപറയുന്ന 'കാക്കപ്പുല', സമൂഹത്തിന്റെ മനഃസാക്ഷിയിൽ ആവേഗങ്ങൾ തീർക്കുമെന്നതിൽ സന്ദേഹമില്ല. അവതരണക്ഷമതയിലും ദൃശ്യപരതയിലും വിപുലമായ സാധ്യതകളുള്ള ഈ നാടകം കലയുടെ പ്രവചനമൂല്യത്തെ സാധൂകരിക്കുന്നു. നിശബ്ദമായി പ്രതിഷേധിക്കുന്ന സമൂഹമനസ്സിന്റെ ആശങ്കൾ പ്രത്യക്ഷവത്കരിക്കുന്നു. അങ്ങനെ പ്രേക്ഷകർ തങ്ങളുടെ ധാർമ്മിക രോഷത്തിന്റെ പ്രതിധ്വനി നാടകത്തിൽ അനുഭവിക്കുന്നു.

ഇവരെയൊക്കെയാണ് ഈ കാക്കപ്പൂലയിൽ കണ്ടുമുട്ടിയത്

സെയ്തുട്ടിഹാജി -പി.ഹമീദ്, മൊയ്തീൻ വലിയകത്ത്
കാദർ-എൻ.കെ.വി നമ്പ്യാർ
കെ എം ഹസൻകോയ,
ആൽബർട്ട് ജെ അലക്സാണ്ടർ

ബഷീർ -വാമദേവൻ കലാലയാ, റസാക്ക് വെങ്ങളം

സൈനബ -ഷീല എരുമാട്, മോളി പുൽപ്പള്ളി,

സുകമാരൻ -സി എ ജോസഫ്

എല്യക്കാൻ -കെ വാസു

മൊയ്യൻ -രവി

കുരുന്തൻ -വി എൻ സത്യദേവൻ

ചാത്തി -കെ.വേലായുധൻ

പൈക്ക -ഗീത

കുള്ളി -പുഷ്പ, യമുന നെല്ലാക്കോട്ട

മൂപ്പൻ -കെ വാസു

പരിമർമ്മി -ഹരി

ഗാനരചന -ഏഴാച്ചേരി രാമചന്ദ്രൻ, വാമദേവൻ കലാലയ

സംഗീതം -ആലപ്പി ജയിംസ്

പശ്ചാത്തല സംഗീതം-പൂഞ്ഞാർ വിജയൻ

രംഗപടം -ആന്റോ റൊസാരിയോ കോഴിക്കോട്

രംഗസജ്ജീകരണം -എൻ എസ് ബഹീർ, എ.അൻസാരി, ഒ.കെ. ശശി, പി.അജയകുമാർ, കെ.ആർ ശശികുമാർ.

രംഗം ഒന്ന്

യവനിക ഉയരുന്നതിന് തൊട്ടുമുമ്പ് മുതൽ അകലെ നിന്നുള്ളതുടിയുടെ യും ചീനിയുടെയും ശബ്ദം

ഇരുളിൽ യവനിക സാവധാനം ഉയരുന്നു.

രംഗമദ്ധ്യത്തിൽ കുടിലിനു മുന്നിൽ താഴെ സ്റ്റേജിൽ മുറ്റത്ത് വിറകു കൂട്ടി കത്തിച്ച ഒരു അഗ്നി കുണ്ഡം.

ആഴിയുടെ പ്രകാശം മാത്രം രംഗത്ത്.

സ്റ്റേജിന്റെ വലതു ഭാഗത്ത് മുന്നിൽ പുല്ലു മേഞ്ഞതും വാരിതൈതെലുകളും ചാക്കു കഷ്ണങ്ങളും കൊണ്ടു മറച്ച ഒരു കുടിൽ.

രംഗ മദ്ധ്യത്തിൽ ഉന്നത സ്റ്റേജിൽ അല്പം വലത്തോട്ടു മാറി മറ്റൊരു കുടിൽ അതു കെട്ടാറായതും പൊളിഞ്ഞ മറയോടു കൂടിയതുമാണ്

സ്റ്റേജിന്റെ ഇടതു ഭാഗത്തു മുന്നിലായി സാമാന്യം ഭേദപ്പെട്ട ഒരു വീടിന്റെ മുൻവശത്തെ ഒരു മൂല മാത്രം രംഗത്തു കാണാം. അതിന്റെ ചുവരിൽ മുസ്ലീം മത സൂക്തങ്ങൾ ചില്ലിട്ടു തൂക്കിയിരിക്കുന്നു.

മദ്ധ്യത്തിലെ കുടിലിനും ഇടതുഭാഗത്തെ വീടിനും ഇടയിലെ ആകാശ ത്തിനു കീഴെ തല ഉയർത്തി നിൽക്കുന്ന മുട്ടക്കുന്നിൻ ചരിവിലെ കൊച്ചു കൊച്ചു ചെടികളും ചെറിയ വൃക്ഷത്തലപ്പുകളും ദൃശ്യമാകുന്നു.

ചീനിയുടെയും തുടിയുടേയും തുടരുന്ന ശബ്ദം.

യവനിക ഉയർന്ന ശേഷം പരികർമി രംഗത്തു വന്നു വിറകു കൂട്ടിയതു ഊതി തെളിക്കുന്നു. ഓരോ സാധനങ്ങളും പൂജയ്ക്കു വേണ്ടി എടുത്തു കൊണ്ടു വന്നു ആഴിയ്ക്കരികിൽ വയ്ക്കുന്നു.

ചീനിയുടെയും തുടിയുടെയും ശബ്ദം അടുത്തടുത്തു വന്നു കൊണ്ടിരിക്കുന്നു.

നിമിഷങ്ങൾക്കു ശേഷം കുടിലുകൾക്കിടയിലൂടെ ചീനി ഊതി തുടി കൊട്ടി നൃത്തം വച്ചുകൊണ്ട് കുറെ ആദിവാസികൾ കടന്നു വരുന്നു. അവരോടൊപ്പം നൃത്തം ചെയ്യുന്നതിൽ സ്ത്രീകളും പെൺകുട്ടികളുമുണ്ട്.

ആഴിയുടെ വെളിച്ചത്തിൽ ആരേയും അത്ര വ്യക്തമായി തിരിച്ചറിയാൻ കഴിയുന്നില്ല.

അവർ നൃത്തം ചെയ്തു ആഴിക്കു ചുറ്റും വലം വെച്ചു മാറി നിൽക്കുന്നു.

മൂപ്പൻ അതീവഗാംഭീര്യത്തോടെ കടന്നു വരുന്നു. ശരീരത്തിൽ അവിടവിടെ അരിപ്പൊടി ചുട്ടി കുത്തി തലയിൽ പുതിയ വെള്ള തുകർത്ത് കൊണ്ട് കൊങ്ങ കെട്ടി, കണങ്കാലിൽ കിലുങ്ങുന്ന മണിയും കെട്ടിയിട്ടുണ്ട്.

കടന്നു വന്നു ആഴിക്കു മൂന്നു പ്രദിക്ഷിണം വെയ്ക്കുന്നു. അതിനു ശേഷം ആഴിയെവണങ്ങുന്നു. ആഴിയ്ക്കു മുന്നിൽ നിവർന്നു നിന്ന് ഇരു കൈകളും മുന്നിലേയ്ക്കു നീട്ടിനിൽക്കുന്നു.

പരികർമി-മൂപ്പനെപ്പോലെ ഒറ്റ മുണ്ടുടുത്തു അതിനു മീതെ ഒരു തുകർത്തു മുക്കോണിൽ അരയിൽ കെട്ടിയിരിക്കുന്നു. തലയിൽ കെട്ടും, ചുട്ടിയും ഇല്ല- ആഴിക്കു സമീപം ചെറിയ കുടത്തിനു മുകളിൽ വിലങ്ങനെ വെച്ച വടി എടുത്തു ആദരവോടെ കൊടുക്കുന്നു.

വടി വാങ്ങി മൂപ്പൻ ഏതാനും നിമിഷങ്ങൾ ധ്യാനനിരതനായി നിന്നിട്ടു കൈയിലെ വടി ഒരു പ്രത്യേക ശബ്ദത്തോടെ നിലത്തു കുത്തി തുള്ളി തുള്ളി അങ്ങോട്ടുമിങ്ങോട്ടും നടക്കുന്നു.

മൂപ്പൻ: (നടക്കുന്നതിനിടയിൽ)

ഇന്റേതായാലും..... . ആഹാ....കാട്ടുക്കും ബൂട്ടുക്കും നാട്ടുക്കും... നായു നകരത്തിക്കും... ആഹാ... ആ.... പെറ്റമ്മക്കും പെറ്റപ്പക്കും കുഞ്ഞുക്കുട്ടിക്കും.. ഇശ്... ഇശ്... നാലു നകരത്തേക്കും... ആ.. ആഹാ... ആ... അകാത്തു ബൊച്ച കാല് അകാത്തും.. പുറാത്തു ബൊച്ച കാലു പുറാത്തു... ഇശ്... കാരണ

ഉത്തപ്പമ്മാർക്കും കള്ളാനും, കള്ളിക്കും.. കുറുക്കാനും, കുറുക്കാത്തിക്കും എങ്കാള തെയ്യാങ്കാക്കും മാരനെന്റ മാനിയെന്റ കാളനെന്റ കാളിയെന്റ

ഇന്റേതായാലും... ശ്... ശ്... ശ്... ശ്...

മൂപ്പൻ ആഴിക്കരികിൽ വന്നു നിൽക്കുന്നു.പരികർമി കാലിലെ ചിലമ്പ് അഴിച്ചു മുറത്തിലിട്ടു അരിയും നുള്ളിയിട്ടു കൈയിലെ വടി വാങ്ങി ഭവ്യ മായി താഴെ വച്ചു ഇരുമൂല മുറം പിടിച്ചു നിൽക്കുമ്പോൾ മൂപ്പൻ ചമ്രം പടഞ്ഞിരിക്കുന്നു. മുറം ആചാരത്തോടെ കൊടുക്കുന്നു.

മൂപ്പൻ: (മുറം വാങ്ങി കുലുക്കി ഓരോന്നു പറയുന്നു.) ഇന്റേതായാലും..ആ... ആ... ആ... ചത്തു പോയ... ആ... ആ... നമ്മ മാനീന കാക്കപ്പി ലെ... ആ... ആ...(ചുറ്റും കൂടി നിൽക്കുന്നവർ ഓരോരുത്തരായി ചോദ്യങ്ങൾ ചോദിക്കു ന്നു.)

ചോദ്യം: നിനാക്ക് പറ്റിയെൻറു എൻറു പറയ് ?

മൂപ്പൻ: നാനു... നാനു...നാനു... കാട്ടില്ല... കാട്ടില്ല പോയക്ക്... കാട്ടില്ല..

ചോദ്യം: കാട്ടില്ല പോയക്ക് പറ്റിത്തായ് എന്റ? എന്റ പറേത്തമാ...

മൂപ്പൻ: കാട്ടില്... കോലുക്കു പോയാക്കു... കോലുക്കു പോയാക്കു...

ചോദ്യം: കോലുക്കു പോയാക്കു... അവേം... അവേം... എന്നാ പുടിച്ച്

ചോദ്യം: ആര്... ?

ചോദ്യം: ആരാത്തമാ?

മൂപ്പൻ: മേലാള്... മേലാള്...

കാദർ-സെയ്തുട്ടി ഹാജിയുടെ മകൻ ഏകദേശം മുപ്പത്തിയഞ്ചിനോടടുത്ത പ്രായം. ലുങ്കിയും ബനിയനും വേഷം - ഒരു ടോർച്ചു തെളിച്ചു കൊണ്ടു കടന്നു വരുന്നു. മറുകൈയിൽ ഒരു നാടൻ തോക്ക് , തലയിൽ കെട്ട്

എന്നിവയുമായി കടന്നു വരുന്നു

കാദർ: (കടന്നു വരുന്നതിനിടയിൽ) നിർത്തിനെടാ നായിന്റെ മക്കളെ ...

(മൂപ്പൻ ഒഴികെ ബാക്കി എല്ലാവരും): ശ്യേട്ട്യാ... ണ്ട!

കാദർ(അലറിക്കൊണ്ട് മൂപ്പനോടടുക്കുന്നു. മൂപ്പൻ ചാടി എഴുന്നേറ്റ് പിന്നിലേയ്ക്കു മാറുന്നു.)

ഹടാ ! നായിന്റെ മക്കളെ! അന്നോടല്ലേടാ നിർത്താൻ പറഞ്ഞെ? (തൊഴുകൈയോടെ ആദിവാസികൾ കാദറിനു ചുറ്റും വട്ടമിട്ടു നിൽക്കുന്നു.)

കാദർ: (മുറത്തിലെ സാധനങ്ങൾ എടുത്തു ആഴിയിൽ അടിച്ചു കെടുത്തുന്നു. കൂടെ കുടത്തിലെ വെള്ളം ആഴിയിലേയ്ക്കു ഒഴിക്കുന്നു.) മനുസേനെ ഒറക്കാത്ത അന്റേക്ക ഒരു പൊല.

ആദിവാസികൾ: എങ്കാള കാക്കപ്പിലെ മൊടക്കല്ലെവാ... (ആഴി അടിച്ചു കെടുത്തിയതോടെ രംഗം ഇരുളിലാകുന്നു. അകലെ നിന്നും പൗരുഷമാർന്ന ഒരു ശബ്ദം) 'ആരെടാദ്ദ.?'

മൂപ്പൻ: (കോപത്തോടെ) എങ്കാള കാക്കപ്പിലെ നീങ്കമൊടക്കി കാഞ്ചു... ല്ലെവാ..? ങേ!? (പകനിറഞ്ഞ മൂളലോടെ പിന്നിലേയ്ക്കു)

കുരുന്തൻ- ഇരുപത്തഞ്ചു വയസ്സു പ്രായമുള്ള ഒരു പണിയ യുവാവ്. തടിച്ചുരുണ്ടിരുണ്ട ശരീരം. ഒരു മുണ്ടു ഉടുത്തു മടക്കിക്കുത്തിയിരിക്കുന്നു. ഒരു കൈയിൽ കത്തിച്ചു പിടിച്ച പന്തവും മറുകൈയിൽ ഒരു വെട്ടു കത്തിയും കൊണ്ട്-ഒരുകൊടുങ്കാറ്റു പോലെ രംഗമദ്ധ്യത്തിലേയ്ക്കു പാഞ്ഞടുക്കുന്നു.

മറ്റുള്ളവർ പേടിച്ചു വിരണ്ടു കുരുന്തനെ തടഞ്ഞു പിടിച്ചു കൊണ്ട് ദീന ദീനം വിലപിക്കുന്നു.

എല്ലാവരും ചേർന്ന്: - കുരുന്താ... !! കുരുന്താ..നീ ചങ്ങാക്കൊന്റും പോകാണ്ടവാ... കുരുന്താ ഇങ്കേക്കു ബാത്തവാ... രംഗത്തു പന്തത്തിന്റെ

വെളിച്ചം മാത്രം.

കുരുന്തൻ: (പന്തം കാദറിനോടടുപ്പിച്ചു പിടിച്ചു ചേർന്ന് നിന്ന്) ശ്യേട്ട്യാ... !! നാങ്ക നായ്ക്കു ഉല്ലാവാ. മനുച്ചേരാന്റു.

കാദർ: (കൈയിലെ തോക്കു ഉയർത്തി അടിയ്ക്കാനടുക്കുന്നു) അടാ! സെയ്ത്താനെ അന്ന ഞമ്മളു..

കുരുന്തൻ: (ധൈര്യത്തോടെ മുന്നോട്ടാഞ്ഞു.) തൊടാണ്ടാ. തൊട്ടാല നാനു- ഇരുവരും ഏറ്റുമുട്ടാനുള്ള അതേ നിശ്ചല നില.

പശ്ചാത്തലത്തിലെ ആഹ്വാന ഗാനത്തോടെ രംഗം ഇരുളിലാകുന്നു.

അങ്കം കുറിക്കുക മാനവരെ
മോചന രംഗമൊരുവാനായിടെ
ചങ്കില ചോര ചൊരിഞ്ഞു പോലു
ഒരു ചെങ്കതിർ ശോഭതൻ ലോകം നേടാൻ.

രംഗം രണ്ട്

ശോക സാന്ദ്രമായ സംഗീതത്തോടെ രംഗം സാവധാനം പ്രകാശിത മാകുന്നു.

അതീവ ദു:ഖത്തോടെയുള്ള ചാത്തിയുടെ പാട്ടിന്റെ ഇരടി ശബ്ദം സാവ ധാനം അകലെ നിന്നു അടുത്തു വന്നു കൊണ്ടിരിക്കുന്നു.

'തൊണപോയ ചങ്കടത്തിൻ പാട്ടുപാടി ഇന്റും ഇണ പക്കി തേടിന്റോ...
എന്റമെൽ ചീലുളേലേറ്റ പാട്ടംപുള്ളിക്കുയിലേ നീയെങ്കു പോയാ... '

പാട്ടു കേട്ടുകൊണ്ട് കുള്ളി ഉദ്ദേശം പതിനെട്ടു വയസ്സുള്ള ഒരു പണിയ പ്പെണ്ണ്. മുട്ടോളം എത്തുന്ന ഉടുതുണി മാറിടത്തിൽ വച്ചു ഉടുത്തു അതിനു മീതെ ചുവപ്പു ഉറുമാൽ അരയിൽ ചുറ്റിക്കെട്ടി കാതിലും കഴുത്തിലും മുത്തുകളും കാശു രൂപങ്ങളും ചേർത്തു കോർത്ത ആഭരണങ്ങൾ അണി ഞ്ഞിരിക്കുന്നു... സാവധാനം കുടിലിനിടിയിൽ നിന്നും ഇറങ്ങി വന്നു നോക്കിനിൽക്കുന്നു.

നിമിഷങ്ങൾക്കുശേഷം ചാത്തി പാട്ടുമായി കടന്നു വരുന്നു. ഉദ്ദേശം ഇരുപത്തിയഞ്ചുവയസ്സു പ്രായം. മുഷിഞ്ഞ ഒരു മുണ്ടും പാകമല്ലാത്ത ഒരു ബനിയനും ധരിച്ചു. നാലു വശത്തേയ്ക്കു ചിന്നിചിതറി കിടക്കുന്ന തലമുടി വളർന്നു അവിടവിടെ മാത്രമുള്ള താടി രോമങ്ങൾ. വെറ്റിലക്കറ പിടിച്ച പല്ലും ചുണ്ടും. വേദനയോടുള്ള മുഖഭാവം.

ചാത്തി: (സാവധാനം കടന്നുവരുമ്പോൾ കുള്ളിയെ കണ്ടു പാട്ട് നിർത്തി ആകാംക്ഷയോടെ)

കുള്ളി! എന്ന മാനിയേട് മാ ?

കുള്ളി: (ദു:ഖം ഉള്ളിലൊതുക്കി) അവാളെ നിനാക്ക് ഇഞ്ഞീം കാണാ.

ചാത്തി: ങേ!? എന്ന മാനിയേടേ പ്പോയായ്... ഒരീക്ക പറത്തമാ.

കുള്ളി: (കുടിലിനകത്തേയ്ക്ക് കയറിപോകുന്നതിനിടയിൽ) കാണി. എനാക്കൊന്റും പറവാങ്കയ്യാ...

(ഈ സമയം കുളിക്കാൻ വേണ്ട സോപ്പ് പെട്ടിയും തുകർത്തുവായി വീട്ടിൽ നിന്നും ഇറങ്ങി വരുന്ന സൈനബ- ഇരുപത്തഞ്ചിനോടടുത്ത പ്രായം സുന്ദരി കാദറിന്റെ രണ്ടാം ഭാര്യ. ഈ രംഗം കണ്ടു നോക്കി നിൽക്കുന്നു. ചാത്തി സൈനബയെ കാണുന്നു.)

ചാത്തി: (അടുത്തുകൊണ്ട്) പാപ്പാത്തി! എന്ന മാനീന നീയു ഒരീക്ക കാട്ടിത്തരി

സൈന: (തികഞ്ഞ ദു: ഖത്തിൽ മറുപടി പറയാൻ കഴിയാതെ വിഷമിക്കുന്നു.) ചാത്തി!... അന്റ മാനീന്റ കാരിയം... മാണ്ടാ... ഞമ്മക്കദങ്ങ്ന പറഞ്ഞൂടാ... (പോകാൻ തുടങ്ങുന്നു)

ചാത്തി: (പിൻ തുടർന്നു) പാഷാത്തി!

സൈന: മേണ്ടാ... (ബഷീർ കടന്നു വരുന്നു. ഉദ്ദേശം മുപ്പതിനോടടുത്ത പ്രായം സെയ്തുട്ടി ഹാജിയുടെ രണ്ടാമത്തെ മകൻ മുണ്ടും ഷർട്ടും വേഷം.) എന്താ സൈനബാത്താ!?

സൈന: (ഒന്നും മിണ്ടുന്നില്ല.)

ബഷീർ: (തിരിഞ്ഞു.) എന്താ ചാത്തി?

ചാത്തി: (വേദനയോടെ സാവധാനം കടന്നു പോകുന്നതിനിടയിൽ) എന്ന മാനി... എന്ന മാനി... അവാള് ഏട പോയ്യാ? ബഷീറും (സൈനബയും വിഷമത്തോടെ ചാത്തിയെ നോക്കി നിന്നിട്ട് പരസ്പരം നോക്കുന്നു.)

ബഷീർ: മാനി മരിച്ച ഒരു വർഷം കഴിഞ്ഞെങ്കിലും അതിനെക്കുറിച്ചുള്ള സംശയങ്ങൾ ഇനിയും ബാക്കിയാണ്.

സൈന: ജ്ജ് മാണ്ടാത്തതൊന്നും പറഞ്ഞു നടക്കല്ലോ

ബഷീർ : അത്യധികം ആഹ്ലാദത്തോടെ ഓടിച്ചാടി നടന്നിരുന്നവനെ ഇതുപോലൊരു മാന സികരോഗി ആക്കിയത്, ഒരു വാനമ്പാടി യെ പോലെ ഈ പണിയപ്പാടി തോറും പാറിനടന്ന മാനിയുടെ മരണത്തോടെ യാണ് സൈനബാത്ത.

സൈന: ഞമ്മക്ക ഇതൊക്കെ കണ്ടു നിക്കാനല്ലേ പറ്റു ബശീറെ?

ബഷീർ: ചുഴലി ദീനം വന്നല്ല അവൾ മരിച്ചതെന്ന പല കഥകളും ഇവിടെ പറഞ്ഞു കേൾക്കു ന്നുണ്ടു.

സൈന: ആ മൂപ്പൻ കാക്കപ്പുലയ്ക്ക് തുള്ളിപ്പറഞ്ഞതൊ ക്കെ നേരാകണന്നൊണ്ടോ.

ബഷീർ: ഇതൊക്കെ ആളുകൾ തുള്ളാതെ പറയുന്ന തല്ലെ?

(അകലെ സെയ്തുട്ടി ഹാജിയുടെ ശബ്ദം കേൾക്കുന്നതിനു തൊട്ടു മുമ്പായി നഹ്റുനമസ്കാര ബാങ്കുവിളി സാവധാനം ഒഴുകി വന്നു അവസാനി ക്കുന്നു.)

സെയ്തുട്ടി: (അകലെ) മർഹബാ! ലബൈക്കും യാറസൂ ല്ലുള്ള!!

സൈന: (അകലെ നോക്കി) അൽദോ! ബാപ്പ ബര്ണൊ ങ്ങാ! ഞമ്മ്ളൊന്നു കുളിക്കാ മ്പോക്വാ. (പോകുന്നു)

(ബഷീർ: എവിടെയും ഒളിക്കാൻ കഴിയാതെ നിന്നു പരുങ്ങുന്നു.സെയ്തുട്ടി ഹാജി കടന്നു വരുന്നു.

പണക്കൊഴുപ്പിനു സംഭരിക്കാവുന്നത്ര വേഷവിതാനം. അറുപതിനുമേൽ

പ്രായം. നെറ്റിയിൽ നിസ്കാരത്തഴമ്പ്)

സെയ്തൂട്ടി (കടന്നു വരുന്നതിനിടയിൽ)

മനുസേൻ കരിഞ്ഞു പോകണമാതിരി ബെയ്‌ലേണ്... ഹൊ... ഹൊ... (പെട്ടന്ന് ബഷീറിനെ കണ്ട്) ങ്!? എന്തെ ഇബ്ടെ?

ബഷീർ: (മിണ്ടുന്നില്ല)

സെയ്തു: ന്താ? ശോയിച്ച കേട്ടീലെ?

ബഷീർ: (അനുസരണയോടെ)കേട്ടു.

സെയ്തു: ബെറ്ദെ ഇപ്പണിയാപ്പാടി തോറും തെങ്ങി നടക്കണൊ. അനക്കിദ്ദ മദിയാക്കാറായി ല്ലെ?

ബഷീർ: ഞാനെന്താ വേണ്ടത്?

സെയ്തു: അതു ഞമ്മള് പറയണാ? പറമ്പിലെ പണി യെടുപ്പിക്കണ്ടു നോക്കാനും ബേണ്ടിത്ത ന്ന എട്ടുപത്ത്#ാളുബേണം അദനക്കറ്യോ?

ബഷീർ: അറിയാം

സെയ്തു: അദുമാത്രോല്ല. ഈർച്ചമില്ലിന്റെ നോട്ടത്തി നു തന്ന നാലഞ്ചാള് ബേറേം ബേണം.

ബഷീർ: അദിന് ഇക്ക ഒണ്ടല്ലോ?

സെയ്തു: ഇതിനെല്ലാമ്പാടെ ഓനൊരുത്തൻ മദ്യാ?

ബഷീർ: ക്ഷമിക്കണം ബാപ്പ എനിക്കതു സാദ്ധ്യമല്ല.

സെയ്തു: അദെന്താ?

ബഷീർ: കൊണ്ടു വരുന്ന കള്ളത്തടി അറുത്തു വിൽ ക്കാൻ ഇക്ക ഒരുത്തൻ തന്നെ അധികമാ ണ്.

സെയ്തു: (പെട്ടെന്ന് ക്ഷുണ്ഠിപിടിച്ച) അടാ ഇജ്ജ് ഒരു തരം ബേണ്ടാത്ത ബർത്താനം പറേല്ലാ ഓനൊരു ശത്യബാദി ബന്നേക്ക്ണ്

ബഷീർ: കഴിയുന്നത്ര സത്യസന്ധമായി ജീവിക്കാനാണ ബാപ്പ ഞാൻ ശ്രമിക്കുന്നത്

സെയ്തുട്ടി: ഉതും! ഇന്ന അനക്കൊക്ക കുന്നും പുറത്തു സെയ്തുട്ട്യാജീന്റ കുട്ട്യോള്ണെന്നും പറഞ്ഞു സുഹായി കയ്യാം

ബഷീർ: ഇല്ല ബാപ്പ . ഞാനൊരിക്കലും ആ പേരു പറഞ്ഞല്ല ഇവിടെ കഴിയുന്നത്.

സെയ്തുട്ടി: അട ബശീറെ! (പൂർവ്വകാലസ്മരണയിലേയ്ക്ക്) അനക്കറ്യേ? ഇരുപത്തൊന്നിലെ മലബാർ ലഹളക്കാലത്തത് ബ്രീട്ടിസുപട്ടാളോം പോലീഷും പൊറമാണിമാരും കൂട പൊരബളഞ്ഞു ബാപ്പാന പിടിച്ചോണ്ടു പോയി കൊന്നു ഉമ്മാനേം രണ്ടു പെങ്ങാംമാരേം ഓര് ബെടക്കാക്കി ബക വരുത്തി.അദ്ദു കണ്ടുനിന്ന ഞമ്മള്ള ആടുന്ന എങ്ങനോ രച്ചപ്പെട്ടു കൊടുതണുപ്പുള്ള പാതിരാത്രീല് താമരശ്ശേരി ചൊരത്തിന്റ അഞ്ചാം വളവില് ലോറി ഡൈവറാമ്മാരു അന്റ ബാപ്പാക്ക് പത്തോ പന്ത്രണ്ടോ ബയസൊള്ളപ്പം കൊണ്ടെറക്കി ബിട്ടദാ. മൂട്ട കീറിയ ഒരു കള്ളിത്തുണിം ഉടുത്തോണ്ട് അന്നാ മഞ്ഞത്ത് തണുത്തു ബെറച്ച ചൊരത്തിനു മോളിലീബയനാട്ടികേറിയ ഞമ്മള്ള് ഒരു നേരത്തെ കത്ത്‌ലടക്കാൻ ബേണ്ടി ഓരോരുത്തർക്കും എന്തൊക്കെ ശെയ്ദുകൊട്ടത്തെന്ന അനക്കറ്യോ. ഞമ്മള് ഒരു പെണ്ണല്ലരുന്നിട്ടു-ബേണ്ട.

ബഷീ: ബാപ്പാ !?

സെയ്തു: ങാ..അതേടാ. ഇജ്ജ് ഞമ്മ്ട മോനായദു കൊണ്ട് അദൊന്നു ഞമ്മള്ള പറേന്നില്ല.

ബഷീർ: എന്തൊക്കയാണ ബാപ്പ പറേന്നത്?

സെയ്തു: അദേടാ അന്നു പട്ടിണി കെടന്നേന്റ

	പക ബീട്ടാനും ബേണ്ട്യാണ് ടാ. ഞമ്മള്ള ജീബിച്ചിന്നീനെലേലായ്ട്ര് . ഒരുത്തന്റേ കരുണകൊണ്ടല്ല.
ബഷീർ:	അതുപോലെ ജീവിക്കാൻ എന്നെക്കൊണ്ടാവില്ല.
സെയ്തു:	ങ്ങള്ടുപോലെ ജീവിക്കണ്ടടാ. പക്കേങ്കില് ഈപണിയപ്പാടി തോറ്റുള്ള തെങ്ങല് മദിയാക്കണം.
ബഷീർ:	അതു..അതു
സെയ്തു:	ജ്ജാന്നു ഇങ്ങോട്ട് പറേണ്ട.അനക്കാ ജമാലിന്റെ മോളെ നിക്കാഹ് ഒറപ്പിച്ചിരിക്യാ.
ബഷീർ:	(അത്ഭുതത്തോടെ) ജമാലിന്റെ മോളയോ
സെയ്തുട്ടി:	ന്തേ ? അനക്കോള കണ്ണിപ്പുടിച്ചില്ലേ?
ബഷീർ:	ബാപ്പ!ഇക്കേടെ മോൾക്ക പതിന്നാല് വയസ്സാണ് അവളെക്കാൾ രണ്ടു വയസ്സു കുറവാണാ കുട്ടിക്ക് അതിനെ-
സെയ്തുട്ടി:	മറിച്ചൊന്നു ഇങ്ങട് പറേണ്ട. അടുമാസത്തില് ഞമ്മള്ള ഹയാത്തിലൊണ്ടേല് ഈ നിക്കാഹ് നടത്തീരിക്ക് അദൊറ പ്പറ (വേഗം പോകുന്നു).
ബഷീർ:	ബാപ്പ! ഇതെന്തു ക്രൂരതയാണ്!? (നിസഹായനായിനിൽക്കുന്നു. മറ്റൊരു തീരുമാനത്തിലെത്തിയിട്ട്) ഇല്ല ബാപ്പാ ഇല്ല. ഇന്നലെ വരെ കണ്ടു കണ്ണടച്ചതിനെയൊക്കെ ഇനി മുതൽ എതിർത്തേ പറ്റൂ (വന്ന വഴിയിലേയ്ക്ക് തന്നെ പോകാൻ തുടങ്ങുന്നു. കുള്ളി കടന്നു വരുന്നു.)
കുള്ളി:	(വേദനയോടെ) ബശീറിക്യാ...
ബഷീർ:	കുള്ളി!
കുള്ളി:	ബല്ല്യ ശ്യേട്ട്യാ എന്നതായ്വാ ഇപറേന്റോ

യ്?

ബഷീർ: അതു നടക്കുല കുള്ളി

കുള്ളി: ബശീറിക്യാ!?

ബഷീർ: നീ വിഷമിക്കേണ്ട.

കുള്ളി: (തേങ്ങലോടെ അകന്നു മാറി.) കാണി ബശീറിക്യാ... കാണി... കാദറുശ്യേട്ട്യാ എങ്കാള കൊന്റ്കാവും.

ബഷീർ: കുള്ളി, നീ എന്തൊക്കയാണീപ്പറയുന്നത്!

കുള്ളി: ഏനാക്കു ബെശം തന്റ് കൊല്ലവാം കാദറു ശ്യേട്ട്യാ ബലിയശ്യേട്ട്യാനോട്ടു പറാഞ്ചുളെ.

ബഷീർ: (ആദ്യം ഒന്നു ഞെട്ടിയെങ്കിലും ആ വിഷമം മറച്ചുകൊണ്ട് ചിരിച്ചു)ങേ!? ഇതു നേരോ? ഇതൊന്നും നടക്കുന്ന കാര്യമല്ല കുള്ളി.

കുള്ളി: (പൊട്ടിക്കരഞ്ഞു) ഇവെ നേരു താനെ ബശീറിക്യാ നേരു താനെ നാനു കേട്ടു.

ബഷീർ: ഇല്ല കുള്ളി! നീ കരയാതെ. പേടിക്കണ്ട.നിങ്ങൾക്കൊന്നും സംഭവിക്കില്ല. നിങ്ങൾക്കു ഞങ്ങളുണ്ട് കൂട്ട്.(പോകുന്നു)

കുള്ളി: (തേങ്ങലോടെ) ബശീറിക്യാ... ! (ബഷീർ പോയിടത്തേയ്ക്ക് നോക്കി നിൽക്കുന്നു. ശോകസാന്ദ്രമായ അന്തരീക്ഷത്തിൽ ചാത്തിയുടെ വേദനാനിർഭരമായ പാട്ടിന്റെ ഈരടികൾ അകലെ കേൾക്കുന്നു.

അതു അവസാനിക്കുന്നതോടെ കുള്ളി കുടിലിനകത്തേയ്ക്കു പോകാൻ തുടങ്ങുമ്പോൾ സുകുമാരന്റെ ശബ്ദം കേൾക്കുന്നു)

സുകുമാ : (അകലെ) വയനാട്ടിലെ ആദിവാസികളുടെ ഹൃദയരക്തത്തിൽ മുക്കി എഴുതിയ കാവ്യസമാഹാരം. ഒരു കോപ്പിക്കു വെറു മൂന്നു രൂപ മാത്രം. (കുറെ പുസ്തകങ്ങൾ അടുക്കി പിടിച്ച മറുകൈയിൽ ഒന്നു രണ്ടു പുസ്തക

ങ്ങൾ ഉയർത്തിക്കാണിച്ചുകൊണ്ട് കടന്നു വരുന്നു. തോളിൽ എന്തോ നിറച്ചിട്ടുള്ള ഒരു സഞ്ചിയും തൂങ്ങുന്നു. മുപ്പതിനോടടു ത്തപ്രായം ഒരു അഭിനവ ബുദ്ധി ജീവിയുടെ വേഷം. കുള്ളിയുടെ നേരെ പുസ്തകങ്ങൾ നീ ട്ടിക്കൊണ്ടുഅടുക്കുന്നു.) ഇതൊന്നു വായിച്ചു നോക്കണം.

കുള്ളി: (കോപത്തോടെ അകത്തേയ്ക്കു പോകുന്നു.) അനാക്കുബോണ്ടവാ.

സുകുമാരൻ (കുറ്റപ്പെടുത്തി) വായിക്കരുത് പഠിക്കരുത്. വിവരം ഉണ്ടായി പ്പോകും. വിവരം ഇല്ലായ്മയാണിവിടുത്തെ ഭരണവർഗ്ഗത്തിന്റെ ആവശ്യം (വീണ്ടു നീട്ടുന്നു.)

കുള്ളി: (അകത്തു) അനാക്കു ബോണ്ടാന്റ് പറാഞ്ച ലാവാ... ?

സുകുമാരൻ: വേണ്ടേ വേണ്ട്.്നൂറുകണക്കിനു രൂപ കൊടുത്തു കരാട്ടെ പടിക്കും.തീ വെലയ്ക്കു തെറി പുസ്തകം മേടിച്ചു വായിച്ചു കാണാതെ പഠിക്കും.എന്നാലും മൂന്നു രൂപയ്ക്കു ഒരു പുസ്തകം മേടിക്കാൻ ഒരുത്തനുമില്ലേ?(നട ക്കുന്നതിനിടയിൽ)വയനാട്ടിലെ ആദിവാ സികളുടെ ഹൃദയരക്തം മുക്കി എഴുതിയ കാവ്യ സമാഹാരം വാങ്ങി വായിച്ചു ഈ എളിയകവിഹൃദയത്തെ ഒന്നു പരി പോഷിപ്പിക്കാൻ ഇവിടൊരു ചെറ്റകളുമി ല്ലേ?ഹൊ!കഷ്ടം!കഷ്ടം!!(കടന്നുപോകുന്ന ശബ്ദം അകന്നകന്നുമാഞ്ഞു കഴിഞ്ഞു.രംഗം ശൂന്യം.കാദർ-സെയ്തുട്ടിഹാജിയുടെ മകൻ തടിച്ച ശരീരം സദാ ക്രൂരമായ മുഖഭാവം)

കാദർ: (കടന്നു വന്നു ചുറ്റും നോക്കിയിട്ട്) സൈനബാ! സൈനബാ!! ഇബ്ടൊരെ ണ്ണോം ഇല്ലേ? (അകത്തേയ്ക്കു പോയി.)

കുള്ളി വിഷാദത്തോടെ ഇറങ്ങിവന്നു കുടിലുകൾക്കിടയിൽ നിന്നും

ച്ചൂലെടുത്തു മുറ്റം അടിക്കുന്നു.

കാദർ അകത്തു നിന്ന് ഒരു സിഗററ്റ കത്തിച്ച വലിച്ചകൊണ്ട് കടന്നുവന്നു വീടിന്റെ തിണ്ണയിൽ നിന്നു കുള്ളിയെ തന്നെ ശ്രദ്ധിക്കുന്നു.ഇപ്പോൾ ഷർട്ട് ഇല്ല.സാവധാനം മുറ്റത്തിറങ്ങിവന്നു.)

ഇബ്ടാരും ഇല്ലേടി?

കുള്ളി: (പേടിച്ചുവിറച്ചു)കാണി.

കാദർ: (അടുക്കുന്നതിനിടയിൽ) അപ്പ അദു ശരി. അനക്കെന്തായിത്ര പേടി.

കുള്ളി: (ഓടി കുട്ലിനകത്തേയ്ക്കു കയറുന്നതിനിടയിൽ) കാണി..ശ്യേട്യാ.. കാണി.

(കാദർ ക്കൂടെ കുടിലിനകത്തേയ്ക്കു കയറുന്നു. അകത്തു സംസാരം)

കുള്ളി: മാറ്. നാനു പോട്ടാ..

കാദർ: ഇജ്ജ് പോകാൻ ബരട്ടെ അനക്കെന്തു ബേണാന്നു പറ.

കുള്ളി: എനാക്കൊന്റും ബോണ്ട

കാദർ: പിന്നെ.

കുള്ളി: ശ്യേട്ടാ..! പിരാലിന്റരാങ്കുവാ..ങാക്കാ..

കാദർ: ഞമ്മളള്ങ്ങനെ പോകാമ്പോണില്ല

കുള്ളി: ങാ..ഇറങ്കുവാ... നീങ്ക ഇറാങ്കുമി..

കാദർ: ഇല്ല. ഞമ്മള ബിജാരിശ്ശതു നടത്താണ്ടു പോയിട്ടില്ല.ഇജ്ജ് ങ്ങ് ബാ..

കുള്ളി: (കുതറിക്കൊണ്ട്) ങാക്കാ..എനക്കു... ങാ.. ബ്യട്... ന്റ കയ്യാന്റ ബ്യട്ടു...

കാദർ: അനക്കു ഞമ്മള്ളു പൈസ തരാടി.

കുള്ളി: ബോണ്ടാ... എന്നാബ്യട്ട്..എന്ന ബ്യടാൻ...

കാദർ: (അധികാരസ്വരത്തിൽ)മുങ്ങല്ല്സെയ്ത്താനെ! അന്ന ഞമ്മള ബ്യടാൻ പോണില്ല.

കുള്ളി: (വായ് മൂടിപ്പിടിച്ചിരിക്കുന്ന ശബ്ദത്തിൽ) ങാ... എന്ന ബുട്... എന്ന ബുടാൻ... എന്ന ബുടാൻ... ബുടാന്...ബുട് ടാ (കാദറിനെ തള്ളിമാറ്റിക്കൊണ്ട്) ബുട്ടാ മാപ്ലശാതി...

കാദർ: (ദയന്ന ശബ്ദത്തിൽ) കുള്ളി!!

കുള്ളി: കോപവും സങ്കടവും കലർന്ന ശബ്ദം)ഇറാങ്ങ പിരാലിന്റ..ന്റ പൈചായും ബോണ്ടാ ഒരുലാക്കായും ബേണ്ട കൊയ്ത്തരിവാൾ കാദറിനു നേരെ ഉയർത്തിപ്പിടിച്ച കോപത്തോടെ ഇറങ്ങി വരുന്ന കുള്ളി. അവൾക്കെതിരെ കൈകൾ ഉയർത്തി തടസ്സം പിടിച്ച പിൻതിരിഞ്ഞു ഇറങ്ങി വരുന്ന കാദർ.

ഇതു കണ്ടു കോപതാപാദികളോടെ ഒരു വശത്തുകൂടി കടന്നുവരുന്ന ചാത്തി.)

ചാത്തി: (കോപതാപാദികളോടെ)ശ്യേട്ട്യാ!

കാദർ: (കോപത്തോടെ) ചാത്തി!! (അടുക്കുന്നു) ഇജ്ജ് ഞമ്മള നോക്കാനുംബേണ്ടി ഞമ്മ്ട ബയീല്യ നടക്ക്വാല്ലെ?((തുണിക്കുത്തിനു പിടിച്ച രണ്ടു കരണത്തും ആഞ്ഞടിക്കുന്നു)

ചാത്തി: (കരയുന്നു)അയ്യോ... !ശ്യേട്ട്യാ..!!

കുള്ളി: (അരിവാളുമായിഅലറിഅവനോടടുക്കുന്നു) അവാന തുടാണ്ടു.

ഈ സമയം എല്യക്കൻ കടന്നു വരുന്നു... വൃദ്ധനായ ഒരു പണിയൻ. മുട്ടോളമെത്തുന്ന കാവിനിറംതോന്നിക്കുന്ന ഒരു മുണ്ടു ഉടുത്തു കീറിയതും അതേ നിറം തോന്നിക്കുന്ന മുഷിഞ്ഞ മുണ്ടി പുതച്ചിരിക്കുന്നു.ഒരുവടി കുത്തിപ്പിടിച്ചിരിക്കുന്നു.)

എല്യക്കൻ: (കടന്നുവരുന്നതിനിടയിൽ തടയാൻ ശ്രമിക്കുന്നു) കാതറുശ്യേട്ട്യാ..! അവനാ അറ്യാതവാ...

കാദർ: കയിഞ്ഞ ഉച്ചാല്ക്ക് ഞമ്മ്ളാണു ഓനെ

നെല്ലും പണോം കൊടുത്തു മാങ്ങ്യേ അടുത്ത ഉച്ചാലുബരെ ഓൻ ഞമ്മളു പറേണദ് അനുസരിക്കണം. ഓൻ ഞമ്മ്ടാ പണിക്കാരനാ.

കുള്ളി: ചാത്തി!

ചാത്തി: (കരയുന്നു) കുള്ളി...

എലുക്കൻ: (കണ്ണീരോടെ) അദ് പണിയെടുപ്പാനാ. അറാഞ്ചു കൊല്ലുവാനല്ല വാ.

കാദർ: (വീടിനകത്തേയ്ക്കു കയറി പോകുന്നതിനിടയിൽ) ഓാന മാത്രാല്ല.ബേണ്ടി ബന്നാലു അന്നേം ഞമ്മളു മയ്യത്താക്കും.(വീടിനകത്തേയ്ക്കു കയറിപ്പോയി.)

എലുക്കൻ: ചാത്തി! എന്ന മൊട്ടാ! നീയു വാത്തവാ (ഓരുവശത്തേയ്ക്കു കൂട്ടിക്കൊണ്ടുപോകുന്നു.)

ചാത്തി: കുള്ളി! (കരയുന്നു)

എലുക്ക: മൊട്ടാ! കിര്യാത്വാ..

കുള്ളി: (ചാത്തിയെ തടഞ്ഞു പിടിച്ചു കൊണ്ടുപോകുന്നതിനിടയിൽ) ചാത്തി!..നീയു കിര്യാത്വാ...

എലുക്കാ: (പോകുന്നതിനിടയിൽ) മൊട്ടാ... കിര്യാണ്ടവാ... വന്നവാ...

ചാത്തി: നാനു കിര്യാത പിന്ന എന്ന തായ്വ ചെയ്വേ..? (മൂവരും ഒരു വശത്തേയ്ക്ക് പോയി. നിമിഷങ്ങൾക്കുശേഷം കുളികഴിഞ്ഞ വേഷത്തിൽ സൈനബ കടന്നു വരുന്നു. വീടിനകത്തേയ്ക്ക് കയറുന്നതിനു മുമ്പ് മൊയ്തന്റെ വിളി ശബ്ദം. സൈനബ തിരിഞ്ഞു നിൽക്കുന്നു.)

മൊയ്തൻ: (കടന്നു വരുന്നു എലുക്കന്റെ മൂത്ത മകൻ ഏകദേശം മുപ്പത്തിയഞ്ചിൽ മേൽ പ്രായം

തടിച്ചുരുണ്ട ശരീരം. അലക്ഷ്യമായ ശരീര ലക്ഷണം. വെറ്റിലക്കറപ്പിടിച്ച കറുത്ത പല്ലും ചുണ്ടും മുഷിഞ്ഞു നാറിയ ഉടുവസ്ത്രം) പാപ്പാത്തി!

സൈന: (തിരിഞ്ഞു നിന്ന്) എന്താ മൊയ്യാ!? (പിഴി ഞ്ഞു കൈത്തണ്ടിൽ ഇട്ടിരുന്ന തുണികൾ ഓരോന്നു എടുത്തു കുടഞ്ഞു കൊണ്ടു നിൽക്കുന്നു.)എനാക്ക് പള്ള പയ്ക്കിന്റായ്.

സൈന: ഇജ്ജ് ബ്ടാരുന്നു?

മൊയ്യൻ: കാട്ടില്യ!

സൈന: അനക്കു ഞമ്മള്ള രണ്ടു ദെബഷായിട്ട് ശോറുബെച്ചിരുന്നല്ലാ

മൊയ്യൻ: (പേടിയോടെ അകത്തേയ്ക്കു നോക്കി)കാദറുശ്യേട്ട്യാ?

സൈന: ബന്നിട്ടില്ല. ഞമ്മള്ളു എന്തലും തരാം. ഇക്ക ബരണദിനുമുമ്പ് കയിച്ചിട്ട് പോയാമദി.

സൈനബ: അകത്തേയ്ക്കു പോയി.മൊയ്യൻ പ്രതീക്ഷയോടെ അകത്തേയ്ക്കു നോക്കി നിൽക്കുന്നു. നിമിഷങ്ങൾക്കുശേഷം സൈനബ ഒരു പ്ലെയിറ്റിൽ ആഹാരം കൊണ്ടു വന്നു കൊടുക്കുന്നു.മൊയ്യൻ ആർത്തിയോടെ അതു വാങ്ങി വാരിവാരി കഴിക്കുന്നു.)ഇത്രേം ദെബഷി ജ്ജൊന്നും കയിച്ചില്ലേ മൊയ്യാ?

മൊയ്യൻ: കാണി. ശിക്കാറിനു കൊണ്ടു പോയ അരി ചാമാനം ചോറച്ചപാപ്പാമ്മാരു പുടിച്ചുളെ..

സൈന: അപ്പം ഇത്രേം ദെബസി പട്ടിണി ആരുന്നാ?

മൊയ്യൻ: (ആർത്തിയോടെ ധൃതിപിടിച്ചു വാരി വാരി കഴിക്കുന്നു) ങാ. കുടിപ്പാം ഓമി ബൊള്ളം ബോണം. (സൈനബ അകത്തു പോയി ഒരു പാത്രത്തിൽ കുടിവെള്ളവുമായി വരു

ന്നു. ഈ സമയം കാദർ വെളിയിലേക്ക് കടന്നു വരുന്നു.)

കാദർ: (കോപത്തോടെ) അടാ! കാട്ടില്വ ബെട്ടി ബലിച്ചിട്ട് തടീം ഇട്ട്യേച്ച ഇജ്ജ് ങ്ങ് ബയറും തേടി പോന്നാടാ നായെ!?

സൈന: (സഹതാപത്തോടെ) രണ്ടുന്ന ദെബഷായിട്ട് ഓൻ തൊള്ളി ബെള്ളം പോലും കയിച്ചില്ല.

കാദർ: അയ്ന് അനക്കെന്താ? ഇജ്ജ് പോ അഹത്ത്.

(സൈനബ അകത്തേയ്ക്ക് ഓടി) കയിഞ്ഞ തോണത്തെ തടിം കൊണ്ടാങ്കുട്ട്യോള്ള പോയദ് ജ്ജൊരുത്തൻ കാരണാ. പോഹിമാറെ... പോകാന്ന... (അടിച്ചടിച്ച് ഓടിക്കുന്നു.നിമിഷങ്ങൾക്കുശേഷം അകത്തേയ്ക്കു നോക്കി.) സൈനബാ... അടി സൈനബാ...

സൈന: (അകത്ത്)ഓ..

കാദർ: ഈ ടെ ബാ

സൈന: (വാതുക്കൽ വന്നു നിൽക്കുന്നു)

കാദർ: ജ്ജെന്താ? പുയ്യ്യോട്ട്യാ ങ്ങ്ട് എറങ്ങി ബാടി.

സൈന: (ഇറങ്ങി വരുന്നു)

കാദർ: ഇജ്ജ് മൊയ്ലുന്ന ചോറു കൊടുത്താ?

സൈന: (ഭയത്തോടെ) കൊടുത്തു

കാദർ: ആരു പറഞ്ഞിട്ട്?

സൈന: ആരും പറഞ്ഞീല

കാദർ: ന്നാള് ഓർക്കെല്ലാം നെയ്ച്ചോറു ബെച്ച കൊടുക്കാമ്പറഞ്ഞപ്പം ഇജ്ജ്ന്താ ഞമ്മ്ളോടു പറഞ്ഞെ?

സൈന: (ഭയന്നു നാലു വശവും നോക്കി ശബ്ദമടക്കി) ഞീം ഞമ്മ്ള ക്കൊണ്ടദു പറയിക്കല്ലാ

കാദർ: ങ്ഉം. എന്തേ?

സൈന: ബല്ല മനസേമ്മാരും കേക്കും

കാദർ: ങാ. കേക്കട്ടാടി. അയ്ന് അനക്കെന്താ?

സൈന: നെയ്ശോറില്ല ബെശം ബച്ച ആ അഞ്ചാറെണ്ണത്തിന മയ്യത്താക്യാപിന്ന ഞമ്മളും പോലീഷികേറേണ്ടി ബരൂലെ.?

കാദർ: ഈടെ കായൊണ്ടാ അഞ്ചെണ്ണത്തിന അല്ല അഞ്ഞൂറെണ്ണത്തിന മയ്യത്താക്യാലും ഒരു പഹ്യനും ഒന്ന ബിളിച്ചുംകൂട ശോയിക്കുല അതനക്കറ്യോ.?

സൈന: ന്നാലും ന്റ റബ്ബേ ഞമ്മ്ളദിനാളല്ല.

കാദർ: അപ്പം ബഷീറ് ഓളേം കെട്ടി ഈ പൊരേന്റെ ബാദുക്കല് കയിഞ്ഞാലും അനക്കൊന്നല്ല. ലെ?

സൈന: അദ്ദ് ങ്ങ്ള ബശീറിനോട് പറഞ്ഞങ്ങട ബെലക്യാ മദീന്ന്.

കാദർ: (നിസാര ഭാവത്തിൽ) അദ് നടക്കുല സൈനബാ. എല്യക്കന്റെ പണിശ്ശി ഒട്ടുബില്ല് പെറ്റദ്ദ് ഒരു ബെളുത്ത കുട്ട്യായപ്പം മനസേമ്മാര് ബാപ്പാന്റ പേരും കൂട്ടി എന്തൊക്കോ പറഞ്ഞു. ഒടുബില്ല് ഈ പോറസ്റ്റി ആരും കാണാത്ത ഒരു മൂലക്ക് മയ്യത്തായ പണശ്ശീന്റെ മൊലേം ഈമ്പിക്കെടന്ന കരഞ്ഞ ഓളെ പോറസ്റ്റ കാരും പോലീസും കൂടാ എല്യക്കന കൊണ്ട കൊട്ടത്തെ. എന്നിട്ടിന്നെ ബരെ ഒരു നായും പണിച്ചി മയ്യത്തായതൊന്ന ബിളശ്ശ് പോലും ശോയിച്ചിട്ടില്ല.

സൈന: പടശ്ശോനെ ഞമ്മളെന്തൊക്കേണീ കേക്കണ്ടദ്ദ്!?

കാദർ: ങാ. അദുകൊണ്ടാ ഓൻ ഓളെ ഓളെ

കെട്ടുന്നേനും മുന്നെ ഓളേം കൂട്ടത്തിനേം മയ്യത്താക്കാണാന്നു പറേന്നെ. ഇല്ലേല് മാനക്കേടാകും

സൈന: (പേടിച്ച്) ന്നാലും ഞമ്മ്ളദ്ദ് ശെയ്യൂല.

കാദർ: (അയാളുടെ സ്വഭവം ക്രമാനുഗതമായി മാറുന്നു.) ശെയ്യൂലാ.ല്ലെ?

സൈന: ഞമ്മ്ളക്കൊണ്ടാവൂലാ.

കാദർ: (മുടിക്കു കുത്തിപ്പിടിച്ച് അടിക്കുന്നു.) ടീ... ! ഞമ്മള് പറയണദ്ദ് ഇജ്ജ് അനുസരിക്കൂലാ ല്ലേ.? ങേ?

സൈന: (അടി ഏറ്റു വാങ്ങുമ്പോഴും) ങ്ങ്ള് ഞമ്മ്ള മയ്യത്താക്ക്യാലും ഓലൂക്ക് ബെസം കൊടു ക്കാൻ ഞമ്മള് ആളല്ല.

കാദർ: (ഇരു ചെകിടിനും അടിക്കുന്നതിനൊപ്പം) ങേ.!? ഇജ്ജ് ഞമ്മ്ള് പറേണദ് അനുസരിക്കു ലല്ലെ..ഹമുക്കെ

സൈന: അൽദോ... ഹെന്റൽള്ളോ... ങാ. അൽദേ... ങാ.. . (അടിയും, കരച്ചിലും തടരുന്നു. ഇതു കേട്ടകൊണ്ടു സെയ്തൂട്ടിഹാജി ഓടി വരുന്നു.)

സെയ്തൂട്ടി: (അകലെ), അടാ! കാദറെ!. നിർത്തെടാ... അടാ..അടിക്കല്ലാടാ... നിർത്തെടാ... (ഓടി വന്നു പുറകിൽ കൂടി ഉറുപ്പടക്കം പിടിച്ച് കാ ദറിനെ മാറ്റി നിർത്തുന്നു.) അനക്കെന്താടാ പ്‌രാന്താ.?

കാദർ: (സെയ്തൂട്ടി ഹാജിയുടെ കൈ വലയത്തിൽ കിടന്നു കൊണ്ടു പിടി വിടീക്കാൻ ശ്രമി ക്കുന്നു.) ങ്ങ്ള് ബ്ട്ട്.. ങ്ങ്ള് ഞമ്മ്ള ബീടീന്നു! ഞമ്മ്ള ബിടാന്...

സെയ്തൂട്ടി: ഇല്ല. അന്ന ഞമ്മള് ബിടില്ലെടാ ഇബിലീ സെ. (മാറ്റി നിർത്തുന്നു)

(പുറത്തു നിന്നും വരുന്ന വൈക്ക പേടിച്ച പേടിച്ച കുടിലിനകത്തേയ്ക്ക് കയറിപ്പോകുന്നു.)

സൈനാ: (പൊട്ടി കരഞ്ഞു കൊണ്ടു) ബാപ്പാ! പടച്ചോനാണ ഞമ്മളൊന്നും ശെയ്ദിട്ടില്ല ബാപ്പാ.

സെയ്തുട്ടി: ജ്ജെന്താടാ. ഓള മയ്യത്താക്കാമ്പോണാ?

കാദർ: (ധിക്കാരത്തോടെ) ഞാ. ബേണ്ടി ബന്നാ ഞമ്മ്ള അദും ശെയ്യും.

സെയ്തുട്ടി: ഫ്! സെയ്താനെ! പിന്ന അതിന്റേം ബൈത്താലെ തുങ്ങണ്ടദും ഞമ്മളാണ്ടാ. അദനക്കറ്യോ?

കാദർ: ഞമ്മ്ട കാരിയത്തിൽ ഒരു നായീനേം കാദർ കൂട്ടു പിടിക്കൂലാ അയിനൊള്ള ബയി ഞമ്മക്കറിയാം.

സെയ്തുട്ടി: അന്നിട്ടാ ഒരു കെട്ട്യോളേം മൂന്നു കുട്ട്യോളേം ഇജ്ജ് ആടെ കൊണ്ടിട്ടിരിക്കണദ്.

കാദർ: അയിനെ മൊയിശൊല്ലാന്നു പറഞ്ഞിട്ടു ങ്ങ്ള സമ്മതിക്കൂലാല്ലോ?

സെയ്തു: (ശാന്തമായി) കാദറെ! ഇജ്ജ് അറീണ ബയി അനക്കാപത്താണു.

കാദർ: ബർണ്ടത്തു ബച്ച ഞമ്മ്ള കണ്ടോളാം.

സെയ്തുട്ടി: ഇജ്ജ് ഓലെ മൊയിശൊല്ലമ്പം തകരണദു ഞമ്മടെ ഖൽബാണെടാ.

കാദർ: അദൊന്നും ഞമ്മക്കറിയണ്ട.

സെയ്തുട്ടി: അദ് ഇജ്ജ് അറിയണടാ. (ദുഃഖവും കോപവും) ആയിശമോള് അന്റ മോളാണേല്യം ഞമ്മ്ട ഖൽബിന്റ ഖ്ൽബാണെടാ. അദൂണ്ടാണെടാ ഇജ്ജ് ദ് ശ്ശെയ്യല്ലാന്നു പറേണദ്.

കാദർ: ഞമ്മ്ള് ഓാരെ മാത്രോല്ല. ബേണ്ടി ബന്നാ ഈ സെയ്ത്താനേം ഞമ്മള് മൊയിശൊല്ലും.

സെയ്യൂട്ടി: കാദറെ!

സൈന: (ഇരു ചെവികളും പൊത്തിക്കരയുന്നു) ബാപ്പാ!!

സെയ്യൂട്ടി: കാദറേ! ഒന്നിലേറെ കെട്ടാനും ബേണ്ടി പറഞ്ഞേക്ക്ണദ്ദ് ഇങ്ങനെ കൊണ്ടിട്ടു കസ്റ്റത്തിലാക്കാനല്ല. കെട്ടി അന്നേസിക്കാനും ബേണ്ട്യാണ്. അദനക്കറ്യോ?

കാദർ: അന്നസിക്കാനെ കയ്യില് ബകബേണം. ഒരു കാരിയം ശെയ്യ് ഇത്തറ പിരിശൊള്ള ബാപ്പയ്ക്ക് ഞമ്മട ഓഹരി ഇങ്ങു തന്നാലെന്താ?

സെയ്യു: കെട്ടു പുറായത്തി കണ്ണി പുടിക്കണ ഒരുത്തിയെ അനക്ക് ഞമ്മ്ള് നിക്കാഹ് ശെയ്ദു തന്നു. ഓളേം കുട്ട്യോളേം പൊരേക്കൊണ്ടെറിഞ്ഞേച്ചും ജ്ജെന്തിനും ബേണ്ട്യാണ്ടാഹമുക്കെ ഇദ് ശെയ്ദെ?

സൈന: (കരഞ്ഞു കൊണ്ട്.) ബാപ്പാ! ഞമ്മ്ളിദിന് ആളല്ല ബാപ്പാ.. ആളല്ല. ഞമ്മ്ള് ഇസ്ക്കുളില്ലു പൊയ്ക്കൊണ്ടിരുന്നപ്പം ഈ മനുസേൻ-(അകത്തേയ്ക്ക് പേടിച്ചോടുന്നു)

കാദർ: (ബാക്കി പറയാൻ സമ്മതിക്കാതെ അലറി അടുക്കുന്നു.) ജ്ജ് മുണ്ടല്ല് സെയ്യാനെ

സെയ്യു: കാദറെ! അനക്കെന്താടാ? ഓളൊരു മനുസേത്തിയല്ലെ?

കാദർ: അദോങ്ങാ ഞമ്മള് ഓളെ നിക്കാഹ് ശെദേ.

സെയ്യു: അദിന് തല്ലി മയ്യത്താക്ക്ണാ?

കാദർ: അദു ഞമ്മ്ട കാര്യം. ഒരു കാരിയം ശെയ്യ്. ഈ പറമ്പും പൊരേം കൂട ഞമ്മ്ട പേരിലെയ്യി തന്നേര്.

സെയ്തുട്ടി:	അന്നാലാ?
കാദർ:	സുഹ്റായും കുട്ട്യോളും സൈനബാലന്റ കൂടെ ഈടെ കയിഞ്ഞോളും.
സെയ്തു:	ഇതൊറപ്പാ?
കാദർ:	ഒറപ്പ്. (സമ്മതിച്ച ശേഷം അകത്തേക്ക് പോകുന്നു.)
സെയ്തുട്ടി:	(സമാധാനത്തോടെ സ്വയം) ന്റ റബ്ബേ!! അനക്കീബുദ്ധി തോന്ന്യല്ലാ. എന്തു ബേണേലും ഞമ്മള ശെയ്ദോളാം. സുഹായി കയിഞ്ഞാ മദി.(വെളിയിലേയ്ക്കു പോകാൻ തുടങ്ങുമ്പോൾ കുള്ളിയുടെ നിലവിളി ശബ്ദം അകലെ നിന്നും കേൾക്കുന്നു- 'പൈക്കാ..ാ..ാ..ാ..ാ..ാ..!!' പിന്നാലെ കുള്ളി കരഞ്ഞു കൊണ്ടു ഓടിക്കിച്ച് രംഗത്തു വരുന്നു.)
കുള്ളി:	അടി പൈക്കാ.. പൈക്കാ.. നമ്മ മാരായും മാക്കായും ചത്തു പോയായ്...
പൈക്ക:	(വിളി ശബ്ദം കേട്ടു വെളിയിൽ വന്നു കുള്ളി അകലെ നിന്നും വരുന്നത് നോക്കി നിൽക്കുന്നു.കുള്ളിയുടെ മൂത്ത സഹോദരി. കുള്ളയുടെ അതേ വേഷം.) കുള്ളീ!! നീയു എനത്തായ് മാ പറഞ്ചായ്!?
	(ബഷീർ ഓടിക്കിതച്ചു കടന്നു വരുന്നു. ഇതെല്ലാം കണ്ടു നിന്ന സൈതുട്ടി ഹാജിയോട് ആവേശവും പകയും നിറഞ്ഞ്) ബാപ്പാ!?
സെയ്തുട്ടി:	വളരെ നിസാര ഭാവത്തിൽ) എന്താണ്ടാ?
ബഷീർ:	ബാപ്പ കരാറെടുത്തു പണിതു കൊടുത്താ പണിയരുടെ വീട്ടു വീണു.
സെയ്തുട്ടി:	(ഒന്നും സംഭവിക്കാത്ത ഭാവത്തിൽ) ങേ!? നേരോ?

ബഷീർ: ആദിവാസികൾക്കു വീടെന്നപേരിൽ പണി യിച്ചു കൊടുത്തത് ഒരു മരണക്കെണി ആയിരുന്നില്ലെ ബാപ്പാ?

സെയ്തുട്ടി: ഓഹോ. അങ്ങനെയാ?

ബഷീർ: അതിൽ താമസിച്ചിരുന്ന മാരായും മാക്ക യും മരിച്ചു ബാക്കിയുള്ളവരെ ആശുപത്രി യിൽ കൊണ്ടുപോയിരിക്കുകയാണ്.

സെയ്തു: അതിനിപ്പഴെന്തായ?

(കുള്ളിയും പൈക്കയും പരസ്പരം കെട്ടിപ്പിടിച്ചു നിന്നു കരയുന്നു.)

ബഷീർ: സിമന്റിനു പകരം ചെളികുഴച്ചിട്ടു കെട്ടി യല്ലെ ആ വീടുണ്ടാക്കിയത്. അങ്ങനെ ചെയ്യരുതെന്ന് അന്നേ ഞാൻ പറഞ്ഞി ല്ലായിരുന്നോ?.

സെയ്തുട്ടി: (മറുപടി പറയാൻ നിന്നു പരുങ്ങുന്നു.) അദ്.. അദ് പിന്നെ.. അയ്ന് അനക്കെന്താ?

ബഷീർ: എന്താണെന്നോ? ആ പ്രവർത്തിയുടെ ഫലം കൊണ്ടു പാവം രണ്ടു ആദിവാസി കളുടെ മരണത്തിനിടയാക്കിയ ബാപ്പ ക്രൂരനായൊരു കൊലയാളിയാണ്.

സെയ്തുട്ടി: (അത്യധികം കോപത്തോടെ അടിക്കാൻ ചീറി അടുക്കുന്നു.) ബശീറെ!

ബഷീർ: (പ്രതിരോധത്തോടെ നിന്ന്.) ബാപ്പാ!! (കുള്ളിയും, പൈക്കയും അവരോടടുക്കാൻ ഭാവിച്ചുള്ള വിളി ശബ്ദം.) ബഷീറിക്യാ!! സെയ്തുട്ടി ഹാജി അടിക്കാൻ ഉയർത്തിയ കൈ ബഷീറിന്റെ വിളി ശബ്ദത്തോടെ ഉയർത്തിയതു പോലെ തന്നെ സ്തബ്ദ നായി നിൽക്കുന്നു. എല്ലാവരും നിശ്ചല രായിനിൽക്കുമ്പോൾ രംഗം സാവധാനം ഇരുളിൽ മറയുന്നു.

രംഗം മൂന്ന്

രംഗം വീണ്ടും പ്രകാശിതമാകുമ്പോൾ മൊയ്യൻ ഒരു പഴം പൊരി കടിച്ചു തിന്നുകൊണ്ടും മറ്റുകൈയിൽ മറ്റൊരെണ്ണം കടലാസിൽ പൊതിഞ്ഞു പിടിച്ചുകൊണ്ട് കടന്നു വരുന്നു. കുടിലിന്റെ മുറ്റത്തെത്തി കുള്ളിയെ വിളിക്കുന്നു.

മൊയ്യൻ: കുള്ളി!... കുള്ളി...

കുള്ളി: (വെളിയിൽ മറ്റൊരുവഴിയിൽനിന്നും) ങ്ങാ... (നിമിഷങ്ങൾക്കകം കടന്നു വരുന്നു.) എനത്താങ്കു നീയു ബിളിച്ചായ്?

മെയ്യൻ: (സന്തോഷത്തോടെ പൊതി അവൾക്കു നേരെ നീട്ടി.) ങ്ഉം... പയംപൊരി..

കുള്ളി: (കടലാസു പൊതി അഴിച്ചു പഴം പൊരി തിന്നു കൊണ്ട്.) നിനാക്കിവേ ഏട്ടുന്നു മൊയ്യാ!?

മൊയ്യൻ: അവേക്ക കിടച്ചു... (അവളെ നോക്കി ചിരിച്ചുകൊണ്ടു കടന്നു പോകുന്നു.)

കുള്ളി: പഴം പൊരിയുടെ അവസാന ഭാഗം ഏതോ അരുചിയോടെ ചവച്ചുകൊണ്ട്. ബാക്കി ഭാഗം കളഞ്ഞിട്ട് വന്ന വഴിയിലേയ്ക്ക് പോക്ന്നു. നിമിഷങ്ങൾക്കുശേഷം...

അകലെ സുകുമാരന്റെ കവിതാ പാരായണം കേൾക്കുന്നു. കടന്നു വരുന്ന സുകുമാരന്റെ തോളിൽ ഒരു സഞ്ചി ഒരു കയ്യിൽ കുറെ ചെറു പുസ്തകങ്ങൾ മറു കൈയിൽ കത്തിച്ചു വലിക്കുന്ന ഒരു ബീഡി. വയനാട്ടിലെ ആദിവാസികളെക്കുറിച്ചുള്ള ഒരു കവിത വളരെ വികാരാധീനനായി കുടിലിന്റെ മുന്നിൽ നിന്നു പാടുന്നു. ഒടുവിൽ ആ ശ്രമം ഉപേക്ഷിച്ചു.പുസ്തകം സഞ്ചിയിൽ ഇടുന്നു. ആഞ്ഞു ആഞ്ഞു വലിച്ചു കുറ്റി കളയുന്നു.)- 'ആ.. കള... ' കുടിലുകളുടെ വാതലിൽ എത്തി ആന്വേഷണം തുടരുന്നു.- 'ഇവിടാരുമില്ലേ?..' ഇരു കുടിലുകളുടേയും വാതിലിൽ അന്വേഷണം തുടരുന്നു. നിമിഷങ്ങൾക്കു ശേഷം ചാത്തി കടന്നു വരുന്നു.)

സുകുമാരൻ: (പരിചയഭാവത്തിൽ ചിരിച്ചു കൊണ്ട്) ഹി... ഹി... ഞാൻ നിങ്ങളെയൊക്കെ ഒന്നു ഇന്റർവ്യൂ ചെയ്യാൻ വന്നതാ(പെട്ടെന്ന് ബാഗിൽ നിന്നും ഒരു റൈറ്റിംപാഡും പേനയും കൈയിലെടുക്കുന്നു. നിലത്ത് ഇരുന്നു കാൽമുട്ടിൽ പാഡു വെച്ച്.) പേരെന്താ!?

ചാത്തി: (മിഴിച്ചു നിൽക്കുന്നതല്ലാതെ മറുപടി ഒന്നുമില്ല.)

സുകുമാരൻ: നിന്റെ പേരെന്താ?

ചാത്തി: അതേ നില.

സുകുമാര: (ഉച്ചത്തിൽ) നിന്റെ പേരേ... ? പേര്? (നോട്ടം ഈ സമയം സമീപത്തെത്തിയ എല്ലുക്കന്റെ മുഖത്തായി)

എല്ലുക്കൻ: (പെട്ടെന്ന് തെറ്റിദ്ധരിച്ച്) എല്ലുക്കൻ.

സുകുമാ: (കടലാസിൽ എഴുതിയിട്ട് തിര്ഞ്ഞു എല്ലുക്കനോട്ട്.) നിങ്ങടെ പേരെന്താ?

എല്യക്കൻ: എന്ന പേരാദ്ദ.

സുകുമാ: അപ്പം ഇവന്റെ പേരോ?

എല്യക്ക: അന്റെ പേര് ചാത്തി.(ചാത്തി അതേ ഭാവത്തിൽ പോകുന്നു. സെയ്തൂട്ടി ഹാജി കടന്നു വരുന്നത് കണ്ടു റൈറ്റിംഗ് പാഡും പേനയും സഞ്ചിയിൽ ഇട്ടിട്ടു ബാഗിൽ നിന്നും ഒരു ഹുണ്ടിക എടുത്തു കുലുക്കി ഹാജിയാരുടെ നേരെ നീട്ടി)

സുകുമാരൻ: ഇട്ട്... ഇടാൻ..

സെയ്തൂട്ടി: (ഒന്നും മനസിലാകാതെ മിഴിച്ചു നിന്നിട്ട്.) എന്ത്?

സുകുമാരൻ: (തേങ്ങലോടെ)പാവം സ്ത്രീ. അവൾക്കതിനെക്കുറിച്ച് എന്തെങ്കിലും അറിയുമോ?

സെയ്തൂട്ടി: ആർക്കാ!? എന്താ!!?

സുകുമാ: പാവം ആദിവാസി സ്ത്രീ.

സെയ്തൂട്ടി: ആദിബാസി സ്ത്രീക്ക് എന്തു പറ്റി?

സുകുമാ: പ്രസവം. നിങ്ങൾക്കുമൊക്കെ ഇതു സംഭവിക്കില്ലെ ഹാജിയാരെ?

സെയ്തൂട്ടി: പ്രസവമോ?

സുകുമാര: അല്ല.(ശോകം അഭിനയിച്ചു.) രക്തത്തിൽ മുങ്ങിയ ഉടുവസ്ത്രത്തോടെ കയ്യിൽ ചലനമറ്റൊരു ചോരക്കുഞ്ഞുമായി സുൽത്താൻ ബത്തേരി പഞ്ചായത്തു ബസ്സ്റ്റാന്റിൽ ഇതികർത്തവ്യതാ മൂഢയായി അങ്ങനെ-

സെയ്തൂട്ടി: ഹല്ല. ങ്ക്ക്കെന്താ?

സുകുമാര: എന്തു ചെയ്യുമമെന്നറിയാതെ അവൾ നിൽക്കുന്നു.

സെയ്തൂട്ടി: അയ്ന് ങ്ക്ക്കെന്താ?

സുകുമാര: ദേ, ദേ, കണ്ടോ? കണ്ടോ? കണ്ണിച്ചോരയി

ല്ലാത്ത വർഗ്ഗമാ നിങ്ങള്.

സെയ്തൂട്ടി: ദേ, ദേ, ഒരുതരം ബേങ്ങാത്ത ബർത്താനം പറേല്ല്.

സുകുമാര: (ടിന്ന കുലുക്കി നീട്ടിക്കൊണ്ട്.) എന്നാലിട്.

സെയ്തൂട്ടി: എന്ത്?

സുകുമാര: അവളെ ബസ്സ് കേറ്റി വിടാനെന്തേലും ഇതിലിടാൻ.

സെയ്തൂട്ടി: മയ്യത്തായദിന ആസൂത്രിക്കാരു കയി ച്ചിട്ടുവല്ലാ അപ്പപിന്ന ഓക്കങ്ങ്ട്ടു നടന്നു പോകാല്ലാ?

സുകുമാര: ഏയ് മനുഷ്യാ! ആവിവരം അവൾക്കറി ഞ്ഞൂട അതിനാ ഞാനിതു പിരിക്കുന്നെ.

സെയ്തൂട്ടി: ഈ പിരിച്ചു തീറ്റി ഒന്നു മതിയാക്കരുതോ.

സുകുമാര: ദേ, ദേ, തോന്ന്യാസം പറയരുത്.(ഹാജി യാരെ ഗൗരവത്തോടെ സൂക്ഷിച്ചു നോക്കി നിൽക്കുന്നു.)

സെയ്തൂട്ടി: (അല്പം ഭയന്ന്.) ഞമ്മ്ള്.. ഞമ്മ്ളു ബല്ലാത്ത ദ്ദ ബല്ലോ..

സുകുമാര: (ഭാവ വ്യത്യാസത്തോടെ പൊട്ടി ചിരിക്കു ന്നു.)

സെയ്തൂട്ടി: (ഭയന്ന്) ഏയ്! എന്താണപ്പാ..!. എന്തു പറ്റി!?

സുകുമാര: (കരച്ചിലിൽ എത്തിയ ഭാവത്തിൽ ഹുണ്ടിക സഞ്ചിയിൽ ഇടുന്നു.)

സെയ്തൂട്ടി: (കൈ പിടിച്ചു സമാധാനിപ്പിക്കാൻ ശ്രമി ക്കുന്നു) എന്തു പറ്റി സുകുമാരാ!? (ഇതെല്ലാം കണ്ടു പാവം എല്യക്കൻ വിരണ്ടു ഇരുവരേ യും മാറിമാറി നോക്കി നിന്നു പോയി)

സെയ്തൂട്ടി: ഇതെന്താ മൊരവാ!.

എല്യക്കൻ: ഏക്കറിയ്യ്യാ.

സെയ്യൂട്ടി: അനക്കും അറിഞ്ഞൂടാ.

എല്യക്കൻ: കാണി. അറിവാകാണി.

സെയ്യൂട്ടി: (ഭയന്ന്) ഏയ്! ങ്ങ്ക്കെന്തേ ബേണ്ടെ?

സുകുമാര: (കണ്ണുകൾ സെയ്യൂട്ടിയിൽ നിന്നും മാറ്റാതെ നിന്നു കരയുന്നു.)

എല്യക്കൻ: (ഭയന്ന്) പാപ്പനെ..!. നീയു എനത്താങ്ക കിരിയിന്റായ്.?

സുകുമാര: (തേങ്ങലോടെ) ഞാൻ കരഞ്ഞതോ, ഞാൻ കരഞ്ഞതോ..? ഞാൻ കരഞ്ഞത് (എല്യക്കനെ ചൂണ്ടി) ഈ മൻഷ്യൻ ദുബായിൽ ചെന്നാൽ അവിടുള്ളോരു പാവത്തിനെയിട്ടു കല്ലും മണ്ണും ചുമപ്പിക്കുന്നതും കൂലി കൊടുക്കാത്ത അവിടുത്തെ മുതലാളിത്തത്തെ ജനകീയ കോടതി വിചാരണ ചെയ്യുന്നതും ഒക്കെ ഓർത്തു ഓർത്തു (കരയുന്നു) കരഞ്ഞു പോയതാണ്.

സെയ്യൂ: (പൊട്ടി ചിരിക്കുന്നു.)

സുകുമാ: (നിമിഷങ്ങളോളം സെയ്യൂട്ടി ഹാജിയെ സൂക്ഷിച്ചുനോക്കി നിൽക്കുന്നു.)

സെയ്യൂട്ടി: (ഭയത്തിലേക്കു മാറുന്നു. യാന്ത്രികമായി ചിരി അവസാനിപ്പിക്കുന്നു.) ങാ?

സുകുമാ: (ഒന്നുമില്ലെന്നർത്ഥത്തിൽ തലയാട്ടി സെയ്യൂട്ടി ഹാജിയെ ചൂണ്ടി വെടി പൊട്ടുന്നതുപോലെ പൊട്ടി ച്ചിരിക്കുന്നു.)

സെയ്യൂട്ടി: (വിരണ്ടിട്ടു.) ഇപഹ്യനിക്കെന്താ? ബല്ല പ്രാന്തായും കടിച്ചാ?

സുകുമാ: (ചിരിച്ചുകൊണ്ട്.) പ്രാന്തോ? എനിക്കോ? എനിക്കല്ല പ്രാന്ത്. പണത്തിനു വേണ്ടിപ്പരക്കം പായുന്നീ സമൂഹത്തിനാണു പ്രാന്ത്.

ഈ സമൂഹത്തിനാണ പ്‌രാന്ത്... (ചിരി തുടരുന്നു. വന്ന വഴിയെ പോകുന്നു.)

എല്യക്കൻ: (ഇതെല്ലാം കണ്ടു ഒന്നും മനസിലാകാതെ നിൽക്കുന്നു.)

സെയ്തുട്ടി: ഇപ്പഹയനു ബല്ല പ്‌രാന്തായും കടിച്ചാ? ചുമ്മാ ചിരിച്ചും കരഞ്ഞും നടക്കുന്നു. (ഇതു പറഞ്ഞു തിരിയുമ്പോൾ സുകുമാരൻ വീണ്ടും ഏതോ കണക്കും കൂട്ടി കൊണ്ട് ഹാജിയാരുടെ പിന്നിൽ എത്തുന്നു.) ങ്ഉം!? എന്തേയ്?

സുകു: അല്ല. ഒന്നുമില്ല.

സെയ്തുട്ടി: എന്താണെന്നു പറയപ്പാ

സുകുമാ: (പോകാൻ തുടങ്ങുന്നു) ഒന്നുമില്ല. അല്ല(വീണ്ടും കണക്കു കൂട്ടുന്നു.)

സെയ്തുട്ടി: എന്താ സുകുമാരാ?എന്താണെന്നു പറയണം.

സുകുമാ: എനിക്കൊരു വിവരം അറിയാനായിരുന്നു.

സെയ്തുട്ടി: എന്താദ്?

സുകുമാ: അല്ല. അതു അങ്ങനെ തന്നാണ്.

സെയ്തുട്ടി: യേദ്? എന്താണെന്നു പറ പഹ്യാ.

സുകുമാ: ഇരുപത്തെട്ടും പതിനേഴും എത്രയാ?

സെയ്തുട്ടി: ഇരുപത്തെട്ടും പതിനേഴും നാല്പത്തഞ്ചല്ലേ?

സുകുമാ: അല്ല അമ്പതാ.

സെയാതുട്ടി: അല്ല നാല്പത്തഞ്ചാ.

(തർക്കം മൂക്കുമ്പോൾ എല്യക്കൻ ഒന്നും അറിയാതെ അടുത്തു ചെല്ലുന്നു.)

എല്യക്കൻ: നീങ്ക എന്തടുത്തായ ള ഇപ്പറേന്റായ്?

സുകുമാര: ഇരുപത്തെട്ടും പതിനേഴും അമ്പതല്ലേ?

എല്യക്കൻ:	ഏക്കറിയാങ്കാണി.
സുകുമാ:	ങാ.നിനക്കറിഞ്ഞൂടെ? അമ്പതാണ ഹാജി യാരെ. എന്റെ കണക്കു ശരി തന്നെയാണ ഹാജിയാരെ.
സെയ്തു:	അല്ല നാല്പത്തഞ്ചാണ്. (തർക്കം മൂക്കുന്നു. ഒടുവിൽ)
സുകുമാരൻ:	ഹാജിയാരു നാല്പത്തഞ്ചല്ലേ മൊരവാ പറഞ്ഞത്?
എല്യക്ക :	താനെ. താനെ..
സുകുമാ:	നാല്പത്തഞ്ചെങ്കിൽ നാല്പത്തഞ്ചു. എടുക്ക്.
സെയ്തുട്ടി:	എന്ത്?
സുകുമാ:	ര്രൂപ.
സെയ്തുട്ടി:	ഏതു ര്രൂപ?
സുകുമാ:	ങേ!? ഇപ്പം അറിയില്ലെ? വേല കള ഹാജി യാരെ ര്രൂപ എടുക്ക്.
സെയ്തുട്ടി:	ഇജ്ജ്. ഏതു ബകേലാണ ര്രൂപാ ചോയിക്ക ണെ?
സുകുമാ:	ആളു കൂടുന്നതിനു മുമ്പ് ര്രൂപ എടുത്തോ. ഇല്ലേല്യ് ആകെ നാറും.
സെയ്തു:	(നിഷ്കളങ്കമായി) അനക്കു ഞമ്മ്ള് കണ ക്കു പറഞ്ഞു തന്നതല്ലെ? അയിനു ര്രൂപാ ഏടുന്നാ?
സുകുമാ:	ഞാനിവിടുന്നു ഒച്ചയിട്ടാൽ ആളു കൂടും ഒടു വിൽ മാനക്കേട് ഹാജിയാർക്കാ. നാല്പത്ത ഞ്ചെങ്കിൽ നാല്പത്തഞ്ച് ഒള്ളതെടുത്തോ. വെളിയിൽ നോക്കി കൈ നീട്ടി നിന്ന്) ആരോ വരുന്നുണ്ട്. ഞാനെല്ലാം വിളിച്ചു പറയും.
സെയ്തുട്ടി:	(നിസഹായതയോടെ പോക്കറ്റിൽ നിന്നും

അമ്പതു രൂപ എടുത്തു മനസാൽ ശപിച്ച കൈയിൽ വെച്ച കൊടുത്തു.) ഇദ്ദ് നല്ല കുത്തായല്ലാപ്പാ... ഇന്നാ പഹ്യാ.ജ്ജ് കൊണ്ടുപോ.

സുകുമാ: (പൈസ വാങ്ങി പോകുന്നു) ശരി വരട്ടെ...

സെയ്തു: (സുകുമാരൻ പോകുന്നതു നോക്കി നിന്ന്) ഇങ്ങനെ ആളമ്മാര പറ്റിക്കാനും ബേണ്ടി ഈ പഹ്യനെ പടച്ച ബിട്ടിര്ക്ക്ണാ!! (പോകാൻ തുടങ്ങുന്നു.)

എല്യക്കൻ: (പിന്നാലെ ചെന്ന്) ശ്യേട്ട്യാ! ശ്യേട്ട്യാ.!!

സെയ്തുട്ടി: (തിരിഞ്ഞു നിന്ന്.) ങ്ഉം? എന്തേ?

എല്യക്കൻ: (മിണ്ടുന്നില്ല.)

സെയ്തുട്ടി: (നടന്നടുക്കുന്നു.) എന്താണ്?

എല്യക്ക: എങ്കാക്ക് എങ്കാട പട്ടായോം ആതാരോം ബോണം.

സെയ്തുട്ടി: (അപ്രതീക്ഷിതമായി അതു കേട്ടപ്പോൾ) ങേ!? അദ്, അദ്ദ് അനക്കെന്തിനാ പഹ്യാ!?

എല്യക്കൻ: (മേഞ്ഞ കുടില്യ ചൂണ്ടി കാട്ടി.) എങ്കാളെ പിരെ പുതറച്ചളെ.

സെയ്തുട്ടി: അനക്കിദ്ദ് എപ്പളും കെട്ടി മേഞ്ഞു കെട ക്കാമ്പറ്റുവോ? പൊര ചോരുമ്പം അന്റ പട്ടയോം ആതാരോം ഒക്കപ്പൊടെ നനഞ്ഞു പോകൂലെ? അദു ഞമ്മ്ള പെട്ടീല്യ സുക്ഷി ച്ചോളാം.(പോക്കറ്റിതപ്പിക്കൊണ്ട്.) ആട്ടെ. അനക്കു പൊയ്ലക്ക് കായൊണ്ടാ?

എല്യക്കൻ: ഏട്ന്നു കള്ളു കുടിപ്പാണും കൂട പത്തു പൈചാ കാണി.

സെയ്തുട്ടി: (പോക്കറ്റിൽ നിന്നും ഒരു പത്തു രൂപാ നോട്ടെടുത്തു ഉയർത്തിപ്പിടിച്ച വിരലിനു

ഞൊട്ടി ശബ്ദം കേൾപ്പിച്ചിട്ട എല്യക്കനെ നേരെ നീട്ടുന്നു.) എന്നാ ഇദ്ദ കൊണ്ടു പോയി പൊയ്‌ലേം മാങ്ങീട്ട ബാക്കിക്കും റാക്കും കുടിശ്ശോളിൻ.ണ്ടേ?

(എല്യക്കൻ സന്തോഷത്തോടെ അതു വാങ്ങാൻ തുടങ്ങുമ്പോൾ കുടിലുകൾക്കിടയിൽ നിന്നും കുരുന്തൻ ഒരു കൊടുങ്കാറ്റുപോലെ കടന്നു വരുന്നു.)

കുരുന്തൻ: (എല്യക്കന്റേയും സെയ്ത്തുട്ടി ഹാജിയുടേയും ഇടയിൽ കടന്നു ഇരുവശങ്ങളിലേയ്ക്കു വകന്നു മാറ്റികൊണ്ട്) അവേന ബോണ്ട. ഇണീം പൈചാ തന്റ്റ എങ്കാളെ പറ്റീക്കാണ്ടവാ.

സെയയ്ത്തുട്ടി: (ഭീഷണിയുടെ താക്കീത്) കുരുന്താ!?

കുരുന്തൻ: (സധൈര്യം) ങാ. എങ്കാട തലത്തിനവകാചം എങ്കാക്കു ആന്റ്റ

സെയ്ത്തുട്ടി: അടാ പഹ്‌യാ! അയിനു പട്ടയോം ആതാരോം ഞമ്മ്ള് പെട്ടീല്യ സൂചിച്ചിരിക്കുല്ലെ?

കുരുന്തൻ: അവേന ബോണ്ട നാങ്ക ബൊച്ചവോം.

സെയ്ത്തുട്ടി: (ഷോക്ക് ഏറ്റതുപോലെ ശബ്ദമുയർത്തി) അടാ! നന്ദിയില്ലാത്ത നായെ!! അന്റ്റ ഈ കാണുന്ന തടി മുയുബനും ഞമ്മ്ട പോരേല് ശാറും ശോറുവാ. അദ്ദ ഇജ്ജ് മറന്നുല്ലേ?

കുരുന്തൻ: അന്റ്റ നാനു പണിയെടുത്ത്‌ലാ നീങ്ക ഓമി കഞ്ചി ബെള്ളാവും പുകായും തരും. ഇപ്പ കുരുന്ത പണിയെടുത്ത്‌ല കൈയുമ്മേല് എമ്പാടും പൈച്ചേകിടക്കും.

(മൊയ്തു കാദറിനൊപ്പം കടന്നു വരുന്നു.)

സെയ്ത്തുട്ടി: ണ്ടേ!? ബന്നു ബന്നു ഇജ്ജ് ക്കെ ഞമ്മളോടു തിരിഞ്ഞു നിന്നു പറയാറായിലെ? (കാദറിനെ ചൂണ്ടി) ഓ പൊറമാണീന്റ്റ ബരവൊണ്ട്.

ഞ്ജൊരുത്തനാ ഓനേക്കെ ബളത്ത്യെ.

കാദർ: അയ്ന്ന ഞമ്മ്ളെന്താ ശെയ്ദെ?

സെയ്തൂട്ടി: ഓൻ പറഞ്ഞത്ദ് ഇജ്ജ് കേട്ടീലാല്ലാ?

കാദർ: ഇജ്ജ് ഞമ്മ്ട ബാപ്പാനോട്ട് എന്താ പറഞ്ഞെ? അനക്കെന്താ ബേണ്ട്യെ?

എലൂക്കൻ: (പേടിച്ച തൊഴുകൈയുമായി കാദറിനു മുന്നിൽ നിന്നു യാചിക്കുന്നു.) ശ്യേട്ട്യാ! ശ്യേട്ട്യാ.!! മൊട്ടനൊന്റും പറവാങ്കാണി.. ശ്യേട്ട്യാ..

കുരുന്തൻ: എങ്കാട പട്ടായോം ആതാരോം എങ്കാക്കളേ താന്റ്.

കാദർ: (കൈയുരുട്ടി ഇടിക്കാൻ അടുത്തിട്ട്.) അനക്ക് പട്ടയോം ആതാരോം ബേണാടാ ഹമുക്കെ!?

എലൂക്കൻ: (തടയാൻ ഇടയ്ക്കു കയറി) ശ്യേട്ട്യാ.. ശ്യേട്ട്യാ...

സെയ്തൂട്ടി: (തടസപ്പെടുത്തിക്കൊണ്ട്.) അടാ. മ്മേണ്ടാ... കാദറെ! ഇജ്ജ് പോ.. ഞമ്മ്ള് പറഞ്ഞോളാം. (കാദറിനെ പിടിക്കുന്നു.)

കാദർ: ഞമ്മ്ള ബിടീനെ. ഓനെ ഞമ്മ്ളിന്നു സൂപ്പാക്കും

മൊയ്തൻ: (പേടിച്ച്) കുരുന്താ! നീ പോ... പോത്തവാ...

കുരുന്തൻ: (അലറിക്കൊണ്ടു.) നീയു പോത്തവാ! നായെ!!

കാദർ: (ഹാജിയാരേം എലൂക്കനേയും തട്ടി മാറ്റി മുന്നോട്ടാഞ്ഞു) ഇജ്ജ്ന്നു പറഞ്ഞെടാ നായിന്റ മോനെ

സെയ്തൂട്ടി: (അരയ്ക്കു കെട്ടിപ്പിടിച്ച മാറ്റുന്നു.) കാദറെ! മാറെടാ.. കുരുന്താ! ഇജ്ജ് പോ.. ഇജ്ജ് പുഗാൻ..

പൈക്കയുടെ വിളി: - കുരുന്താ..ാ..ാ.. എല്ലാവരുടേയും

ശ്രദ്ധ പെട്ടെന്നു വീടിന്റെ മറവിൽ വിളി ഉയർന്നിടത്തേയ്ക്കു തിരിയുന്നു.

പൈക്ക അറിക്കരഞ്ഞുകൊണ്ടു വരുന്നു:

കുരുന്താ!. കുരുന്താ.!! നമ്മകുള്ളിക്കിദെന്ന ആത്തവാ..

കുരുന്തൻ: (ആകാംക്ഷ) ചൈക്കാ... എന്നൈ ആത്ത്മാ?

പൈക്ക: (കരഞ്ഞു) നമ്മ യുള്ളി ചർദ്ദിച്ച മെരാച്ചു കിടാക്കന്റായ്

കുരുന്തൻ: കുള്ളീ... (ഓടി പോകുന്നു)

എല്ലുക്കൻ: (പിന്നാലെ) മൊട്ടത്തീ... മൊയ്യനു കാദറും പരസ്പരം അർത്ഥവത്തായ നോട്ടത്തിനിടയിൽ മൊയ്യൻ ദയനീയമായി ശ്യേട്ടാ... ! എന്ന കുള്ളീ... (വേദനാ നിർദരമായ നിമിഷങ്ങളെ ഇരുൾ വന്ന് മൂടുന്നു)

രംഗം നാല്

അകലെ നിന്നും സുകുമാരന്റെ പാട്ടുകേൾക്കുന്നതിനൊപ്പം രംഗം പ്രകാശിതമാകുന്നു.

പാട്ടുകേട്ടു സൈനമ്പ അകത്തു നിന്നു വന്നു നോക്കി നിൽക്കുന്നു.സുകുമാരൻ കടന്നു വരുന്നതോടെ അവൾ അകത്തേയ്ക്കു പോകാൻ തുടങ്ങുന്നു.)

സുകുമാരൻ: (കടന്നുവരുന്നതിനിടയിൽ) ഉയരുക മലനാടെ... വറുതികൾ മാറ്റീടാൻ ഉണരുക വയനാടെ..
കെടുതികൾ നീക്കീടാൻ...

(പെട്ടെന്നു സൈനമ്പയെ കണ്ടു പാട്ടു നിർത്തി)സൈനാ!

സൈനമ്പ: (തിരിഞ്ഞുനിന്നിട്ട്) അൽദോ!ഞമ്മ്ട കെട്ട്യോൻ...

സുകുമാര: നിന്റെ കെട്ട്യോനെന്താ വല്ല പുലിയോ മറ്റാണോ?

സൈനമ്പ: ങ്ങ്ള ആരും ഇല്ലാത്തപ്പം ഈടെ ബന്നാ-

സുകുമാര: ങേ!? ഇവിടാരുമില്ലെ? അപ്പോൾ സൗകര്യമായല്ലോ. ഇതു തന്നെയാണ് ഞാൻ കാത്തു കാത്തു നടന്നത്.

സൈന: അൽദോ! ബേണ്ട സുക. ഇജ്ജ്ടുന്നൊന്നു

പോ സുക

സുകുമാ: എങ്ങോട്ട്?

സൈന: ഇപ്പം അയാളുബന്നാ-(പരിഭ്രമത്തോടെ അങ്ങോട്ടുമിങ്ങോട്ടും പരക്കം പായുന്നു.)

സുകുമാര: (വീടിനകത്തേയ്ക്കു കയറാൻ ശ്രമിച്ചു) ഒന്നും സംഭവിക്കില്ല

സൈന: (തടഞ്ഞുകൊണ്ട്)അൽദോ ബേണ്ട സുക ബേണ്ട. ങ്ട് തലബെട്ടം കണ്ടാമദി അയാളു പയേ കാര്യോം പറഞ്ഞോണ്ട് ഞമ്മള് തല്ലിമയ്യത്താക്കും. ങ്ങളു ഇബ്ട നിക്കണ്ടാ.

സുകുമാര: നാട്ടുകാർക്കു മുഴുവൻ വിഷം കൊടുത്തു നടന്നിട്ട് അയാളെന്തിനാ നിന്നെ തല്ലുന്നത്?

സൈന: (അസഹ്യതയോടെ ഇരുചെവികളും പൊത്തി)ഹെന്റൽ ദോ!ങ്ങ്ളീടെ നിന്നു ബേണ്ടാത്ത ബർത്താനം പറേല്ലാ.

സുകുമാര: പഴമ്പൊരിക്കകത്തു വിഷം ചേർത്തു മൊയ്തൂന്റ കയ്യിൽ കുള്ളിക്കു കൊടുത്തയച്ചത് കാദറല്ലെ?

സൈന: (അസഹ്യത) സുക! ന്തൽ ദോ ഞമ്മക്കിദെന്നു കേക്കണ്ടെ.

(കുള്ളി കടന്നു വരുന്നു.) സൈനബാത്താ!

സുകുമാ: കേക്കണ്ടെങ്കിൽ കേക്കണ്ട. ആബഷീറു സമേത്തെത്തി ആശുത്രിയിൽ കൊണ്ടു പോയില്ലായിരുന്നേല് ഇപ്പം-

കുള്ളി: സൈനബാത്താ...

സുകുമാര: (ഞെട്ടിത്തിരിഞ്ഞു കുള്ളി കണ്ടു. വിഷയം മാറ്റാൻ)അവനല്ല അവനെക്കാൾ വലിയ പുലി വന്നാലും സുകുമാരൻ ഈ ചെറുവിരലിൽ നിർത്തിക്കളയും (കുള്ളിയോടൊത്ത്)

ആ ബഷീറും ഇവിടുള്ളതുകൊണ്ട് നീയൊക്കെ ഈ ഭൂമുഖത്ത് കാണുന്നു ഇല്ലേക്കാണാം.

സൈന: സുക! ഞ്ഞീം ങ്ങ്ളീടെ ബരല്ലെ

സുകുമാ: ഇല്ല സൈന. എന്നെ അയാളൊരു ചുക്കു ചെയ്യില്ല.(ബഷീർ ഇതിനകം കടന്നുവന്നിട്ട് സംസാരം ശ്രദ്ധിച്ചു നിന്നിട്ടു തൊണ്ട കൊണ്ടു ശബ്ദം ഉണ്ടാക്കി രംഗ മദ്ധ്യത്തിലേയ്ക്കു വരുന്നു.പെട്ടെന്നു സുകുമാരൻ പേടിയോടെ പോകാൻ തുടങ്ങുന്നു.)

ബഷീർ: അവിടെ നില്ലെടാ.

സുകുമാര(വീണ്ടു നടക്കാൻ തുടങ്ങുന്നതിനിടയിൽ) ഞാൻ... ഞാൻ... ഞാൻ ഒന്നു..

ബഷീർ: അവിടെ നിൽക്കാൻ

സുകുമാര: എന്താ ബഷീറെ!?

ബഷീർ: ഇവ്ടെ വാടാ

സുകുമാരൻ: (അനുനയത്തിൽ) ഞാമ്പോട്ടു ബഷീറെ എനിക്കാ വില്ലേജാഫീസിൽ പ്പോയൊരു പട്ടയത്തിന്റെ കാര്യം ശരിയാക്കിയിട്ടു വേണം ബാങ്കിലൊന്നു പോകാൻ(ഓട്ടുന്നു)

ബഷീർ: പിന്നാലെപോയി. (തുണിക്കുത്തിനു പിടിച്ചുരംഗ മദ്ധ്യത്തിലേയ്ക്കു കൊണ്ടു വരുന്നതിനിടയിൽ) നിന്നെ ഇപ്പം ഞാൻ ശരിയാക്കിത്തരാടാ ഇങ്ങോട്ടു വാടാ...

സുകുമാര: ഹാ! ഇതെന്താ? വിട്ടു ബഷീറെ... !എന്നെ ആക്ഷേപിക്കരുത് ബഷീറെ...

ബഷീർ: നിനക്കാക്ഷേപം ഇവിടെ വാടാ

(കുള്ളിയു സൈനബായു തടയാൻ അടുക്കുന്നു.)

കുള്ളി: ബശീറിക്യാ... ബുട്ടു ബശീറിക്യാ...

സൈന: എന്തിനാ ബശീറെ ങ്ങ് ളീ പൊല്ലാപ്പിനു പോണെ?

സുകമാര: (രക്ഷപെടാനായി) ദേ, അതു പറ നിങ്ങളെ ന്തിനാ ഈ പൊല്ലാപ്പിനു-

ബഷീർ : (അടിയ്ക്കാൻ കൈ ഉയർത്തി) ശ്ശെ! മിണ്ട രുതെടാ. നീ എലുക്കനെ ക്കൊണ്ടു ഒപ്പടീ ച്ചോ?

സുകമാ: ഇടീച്ചു.

ബഷീർ: എന്തിനാണെന്നു പറഞ്ഞായിരുന്നു?

സുകമാ: അവരുടെ പുരമേയാൻ കാശിനു അപേക്ഷി ക്കാനാണെന്നും പറഞ്ഞു.

ബഷീർ: (അടിക്കുന്നു) എന്നിട്ട്? (കുള്ളിയും സൈന ബായും തടയാൻ ശ്രമിക്കുന്നു.)

സൈന: ബശീറെ!..ബശീറെ...

കുള്ളി: ബശീറിക്യാ... ബശീറിക്യാ...

ബഷീർ: എന്നിട്ടവരുടെ ഇഞ്ചിക്കൃഷി പണയപ്പെടു ത്തി പൈസ വാങ്ങീല്ലേടാ ?

സുകമാര: (പേടിച്ചു) ഇല്ല.

ബഷീർ: പിന്നെന്തിനാരുന്നെടാ നീയും ബാങ്കിലെ ഫീൽഡു ഓഫീസറും കൂടി അവരുടെ ഇഞ്ചി ക്കണ്ടത്തിൽ കയറി മാന്തി നോക്കിയത്?

സുകമാര: (വിരണ്ട്)അതു... അതു..

ബഷീർ: (അടിക്കുന്നു) പറയെടാ

സുകമാരൻ : എന്നെ തല്ലരുതു ബഷീറെ! മേടിച്ചുപോയി ബഷീറെ..! തല്ലരുതെ... ബഷീറെ!

കുള്ളി: (തല്ലുന്നതിനിടയിൽ) ബഷീറിക്യാ... ബഷീ റിക്യാ..

സൈന: ബശീറെ... ബശീറെ...

ബഷീർ: (കോപത്തോടെ) കുള്ളി!

കുള്ളി: (കരഞ്ഞുകൊണ്ട്) ബശീറിക്ക്യാ!

ബഷീർ : അകത്തു പോ... ങ്ളും പോകാൻ. രണ്ടു പേരും പോ.

സൈനബാ, കുള്ളി (അകത്തുപോയി)

ബഷീർ : എടാ! ഇതുപോലുള്ള തട്ടിപ്പ് ഇനി ഇവരോട്ട കാണിക്കുവോ?

സുകുമാര: ഇല്ല.

ബഷീർ: എന്നാൽ ഓട്... ഓടാൻ

സുകുമാര: (ഓടിരക്ഷപ്പെടുന്നു)

സുകുമാരൻ : പോകുന്നതു നോക്കി ബഷീർ നിൽക്കുമ്പോൾ സൈയതുട്ടി ഹാജി കടന്നുവരുന്നു.

സെയ്തുട്ടി: എന്താണ്ടാ. ആദിബാസികളു മുയുബനും അന്റ് ബലേലായാ?

ബഷീർ: ഞാനവരെ വലയിലാക്കുകയല്ലല്ലോ?

സെയ്തുട്ടി: പിന്ന?

ബഷീർ: നിങ്ങളുടെയൊക്കെവലയിൽ നിന്നും രക്ഷപ്പെടാനുള്ള വഴി അവർക്കുപറഞ്ഞു കൊടുക്കുക മാത്രമാണ്

സെയ്തുട്ടി: ഓ..പിന്ന..എന്നിട്ടാ.?

ബഷീർ: നിങ്ങളെ പ്പോലുള്ള ഇവിടുത്തെ പ്രമാണിമാർ നടത്തുന്ന അക്രമങ്ങളെയും അനീതിയെടും എതിർത്തുകൊണ്ടെ അവർക്കിവിടെ ജീവിക്കാൻ കഴിയു.

സെയ്തുട്ടി: എന്നിട്ടെതിർത്തതൊക്കെ എന്തായി? പൊരബീണ ചത്ത പണിശ്ശിമാരിന്റെ മയ്യത്തും ചൊമന്നോണ്ടു നടന്നിട്ട് ഓലുഞമ്മളെയങ്ങു മുയുബത്തോടെ എടുത്തുമിണങ്ങ്യാ?

ബഷീർ: വിഴുങ്ങുന്നതവരല്ലല്ലോ അവരേയും അവരുടെ വസ്തുവകകളും വെട്ടിവിഴുങ്ങുന്നതു നിങ്ങളെപ്പോലുള്ളവരല്ലേ ബാപ്പാ?

സെയ്തുട്ടി: ന്നാജ്ജ് ഓരിന്റെ കൂട പൊരേം കെട്ടി അങ്ങ്ട്ടു താമസിച്ചോളിൻ.

ബഷീർ: താമസിച്ചാലെന്താ കൊള്ളില്ലേ ?

സെയ്തുട്ടി: കൊള്ളാടാ. കൊള്ളാം എന്തു അന്തസ്സേണ്. പോയങ്ങട് താമസിച്ചോ

ബഷീർ: അന്തസ്സെന്ന പദത്തിന്റെ അർത്ഥമെന്തെന്നു നിങ്ങൾക്കൊക്കെ അറിയില്ലല്ലോ.

സെയ്തുട്ടി : അയെന്താടാ? കണ്ട പണിയപ്പാടി തോറും കേറി എറങ്ങി നടക്ക്ണദാ.അന്റ അന്തസ്സ്?

ബഷീർ: ബാപ്പ! ബാപ്പയുടെ പുന്നാര മോൻ കാണിക്കുന്നതാണോ അതൊ ഞാൻ പ്രവർത്തിക്കുന്നതാണോ അന്തസ്സിലായ്മ.

സെയ്തുട്ടി: ഓനീടെ മനുസേനായി ജീബിക്ക്ണദാ കൊയപ്പം?

ബഷീർ: ഇതു മനുഷ്യരുടെ ജീവിതമല്ല ബാപ്പ. ഇത്രയും പ്രായത്തിനകത്തു ഇക്ക മൂന്നു പെണ്ണു കെട്ടി. എന്നിട്ടും ഈ പണിയപ്പാടികളിലെ പെൺകുട്ടികളെ ഇക്ക ജീവിക്കാൻ അനുവദിക്കുന്നില്ലെന്നു വന്നാൽ അതു സഹിച്ചവരിവിടെ അവരിവിടെ മിണ്ടാതെ നിൽക്കണമെന്നു വന്നാൽ-

സെയ്തുട്ടി: ബശീറെ! ഓൻ മനസ്സിലും നിരൂപിക്കാത്തേദ്ദും കൂട ജ ജ ജ ജ ഇങ്ങനെ ബിളിച്ചു പറഞ്ഞു നടക്കല്ലാ.

ബഷീർ: പറയുന്നതാണോ.തിരുനെല്ലി ആദിവാസി പാടിയിലെ കുറക്കന്റെ മകൾ വെള്ളച്ചി ഗർഭിണി ആയത് ഇക്കയിൽ നിന്നല്ലേ..?

സെയ്തൂട്ടി:	ബശീറെ!?
ബഷീർ:	എന്നിട്ട് നാട്ടു വൈദ്യനെ കൂട്ടി ചെന്നു പച്ച മരുന്നു കൊടുത്തു ഗർഭം അലസിപ്പിക്കാൻ ശ്രമിച്ചതു ഇക്കയലെ?
സെയ്തൂട്ടി :	(അസഹ്യതയും കോപവും നിറഞ്ഞു)അടാ !ഇജ്ജ് ബേണ്ടാത്ത ദൊന്നും പറയല്ലാട ഹമ്മുക്കെ!
ബഷീർ:	ആ മരുന്നു കഴിച്ചിട്ടു ഗർഭം മാത്രമല്ല ശരീരത്തിലെ രക്തം മുഴുവൻ വാർന്നു തീർന്നു മരണത്തോട്ടു മല്ലടിച്ച അവളെ ആശുപത്രിയിലെത്തിച്ചതു ഈ സമൂഹ ത്തോട്ടു ഉത്തരവാദിത്വമുള്ള അവിടുത്തെ ചെറുപ്പക്കാരാണു ബാപ്പ
സെയ്തൂട്ടി:	(ഉത്തരം മുട്ടി) അദെക്ക ബേറെ ആളമ്മാ രാരിക്യവെടാ പഹയാ
ബഷീർ:	ആശുപത്രി വിട്ടുവന്ന അവള് വീട്ടിൽ പണിക്കു വന്നിട്ട് പിന്നെന്തേ നിർത്താതി രുന്നത്?
സെയ്തൂട്ടി:	ഓള് നൊണ പറഞ്ഞു നടന്നിട്ട്.
ബഷീർ:	അംഗനവാടിയിൽ ജോലി ചെയ്തുവന്ന അവളെ പുറത്തെങ്ങും വിടാതെ ഭക്ഷ ണപ്പൊതി കെട്ടി അവളുടെ പാടിയിൽ കൊടുത്തു വിട്ടതോ?
സെയ്തൂട്ടി:	അദൊന്നും ഞമ്മ്ളല്ലെടാ പഹയാ.
ബഷീർ:	ഇതൊക്കെ നാട്ടിൽ പാട്ടായപ്പോൾ പത്ര ക്കാരുടെ മുന്നിൽ പിടിച്ചു നിർത്തി നിങ്ങ ക്കു രക്ഷപ്പെടാൻ വേണ്ടി അവളെക്കൊണ്ടു നുണ പറയിപ്പിച്ചതു ഇക്കയും ബാപ്പയും ചേർന്നല്ലേ?
സെയ്തൂട്ടി :	(കോപത്തോടെ) അനക്ക് ബായ്ബരണ ദൊക്കെ ബിളിശ്ശ് പറയാതെടാ.

ബഷീർ: വായിൽ വരുന്നതല്ല ബാപ്പ. ഈ സംഭവങ്ങൾ ഇവിടുത്തെ ജനങ്ങളുടെയും കോടതിയുടെയും മുന്നിലെത്തിക്കാൻ ആത്മാർത്ഥമായി ശ്രമിച്ച ബാബുരാജെന്ന ചുറുചുറുക്കുള്ള ചെറുപ്പക്കാരന്റെ മരണം ആത്മഹത്യയല്ല ബാപ്പാ.

സെയ്തുട്ടി: (വിരണ്ടിട്ട്) ബശീറെ!

ബഷീർ: അതും ഒരു കൊലപാതകമാണ് ബാപ്പാ.

സെയ്തുട്ടി: ഇജ്ജ് ആരിന്റെ കാര്യാണീ പ്പറേന്നെ?

ബഷീർ: അർദ്ധ രാത്രിയിൽ ബാബുവിനെ വീട്ടിൽ നിന്നും വിളിച്ചിറക്കിക്കൊണ്ടുപോയത് ഊഹാപോഹങ്ങളല്ല.സത്യമാകാനാണ് സാദ്ധ്യത.

സെയ്തുട്ടി: തെളീക്കാണ്ടോരു തെളിക്കട്ടാ. അയ്ന് അനക്കെന്താ?

ബഷീർ: നിങ്ങടെ പണത്തിന്റേയും സ്വാധീനത്തിന്റെയും തണലിൽ തത്ക്കാലം രക്ഷപ്പെട്ടേയ്ക്കാം. പക്ഷെ ഇവിടുത്തെ ജനങ്ങൾ ഇതിനൊക്കെ പ്രതികാരം ചെയ്യാതിരിക്കില്ല.

സെയ്തുട്ടി: (പോകാൻ ഭാവിക്കുന്നു) ആട്ടെ . അദ് അന്നേരം ഞമ്മ്ള് കണ്ടോളാം.(പെട്ടെന്ന് എന്തോ ഓർമിച്ച് തിരിഞ്ഞു നിന്ന്)ആട്ടെ. ന്നാള് അന്നോട് ഞമ്മ്ളൊരു കരിയം പറഞ്ഞിരുന്നല്ലാ. എന്തായി.

ബഷീർ: ബാപ്പാ പല കാര്യങ്ങളും പറഞ്ഞിട്ടുണ്ട്! അതിലേതു കാര്യമാണെന്നു പറഞ്ഞാൽ-

സെയ്തുട്ടി: അന്റെ നിക്കാഹിന്റെ കാര്യം തന്നെ.

ബഷീർ: അതു ഞാൻ ബാപ്പയോടു പറഞ്ഞിട്ടുണ്ടല്ലോ.

സെയ്തുട്ടി: എന്തു പറഞ്ഞാലൊക്കുലാ. ഞമ്മ്ള് ആ

ജമാലിനെ ഒളിച്ച നടക്ക്വാ

ബഷീർ: അവനെ നേരിൽ കണ്ടു ഞാൻ തന്നെ പറഞ്ഞോളാം.

സെയ്തുട്ടി: അദ്ദ മാണ്ട. ഇമ്മാസത്തിത്തന്നെ നിക്കാഹ് ഒറപ്പിക്കണം.

ബഷീർ: ഒരു പക്ഷെ അതിനു മുമ്പേ ത്തന്നെ പോലീസു എന്നെ കൊണ്ടുപോയെന്നിരിക്കും.

സെയ്തുട്ടി: (കോപം) ഇജ്ജ്ബേണ്ടാത്ത ബർത്താനം പറേല്ലാ.

ബഷീർ അതിനൊള്ള വഴി ഇക്കയും ബാപ്പയും ചേർന്നു-

സെയ്തുട്ടി (കോപം) ബശീറെ!! ഇജ്ജ് പ്പം പറഞ്ഞു പറഞ്ഞു കൊറെ ഏറെ ആക്ണൊണ്ട്. ട്ടോ.?

ബഷീർ ഏറെ ആകുന്നത് എന്റെ പറച്ചിലോ അതോ?

സെയ്തുട്ടി ഇദിക്കുടുതലൊന്നു അന്നോട്ടു പറയാനില്ല. ഞമ്മള്ളു ബിജാരിക്ക്ണദു നടത്താൻ ഞമ്മ്ള് പലതുംശെയ്യും.ങാ..(അകത്തേയ്ക്കു നോക്കി.) സൈനബാ... !

സൈനബാ: (അകത്ത്) ഓ... !(വാതിലിൽ വന്നു നിൽക്കുന്നു)

സെയ്തുട്ടി: (പോകുന്നതിനിടയിൽ) കാദറു ബരുമ്പം പൊരക്കു ബരാൻ പറേണം. ട്ടോ?(പോകുന്നു)

സൈന: (സെയ്തുട്ടി ഹാജിപോയ ശേഷം) ബശീറെ! ങ്ങ് ളിദെന്ത് ഭാവിച്ചാ?

ബഷീർ: ങ്ളം?എന്താ?

സൈന: ങ് ങ് ബാപ്പ പറേണദു കൂടൊന്നു കേട്ടൂടെ?

ബഷീർ: ഇല്ലെങ്കിൽ?

സൈന: ന്തിനാ ബശീറെ ഈ പൊല്ലാപ്പിനൊക്കെ പോണെ ?

ബഷീർ: മനസ്സറിയാത്തൊരു കൊലക്കേസിൽ എന്നെ പ്രതിയാക്കിച്ചത് നിങ്ങടെ കെട്ട്യോന്നും ബാപ്പയും കൂടല്ലെ?

സൈന: ഞമ്മ്ക്കൊന്നും അറിയൂലാ. അദ്ങ്ങടേം കൂട ബാപ്പയല്ലെ?

ബഷീർ: അതുകൊണ്ട്? ബാപ്പ പറയുന്ന പെണ്ണിനെ കെട്ടിയില്ലെങ്കിൽ കാട്ടു തടിയും ചന്ദനവും കട്ടുകടത്താൻ കൂട്ടു നിന്നില്ലെങ്കിൽ, എന്നെ കള്ളക്കേസിൽ പ്പെടുത്തി അറസ്റ്റു ചെയ്യിക്കും.ല്ലെ?

സൈന: (ഭയന്ന് നാലു വശവും നോക്കി അകത്തേയ്ക്കു പോകുന്നു)അൽദോ. ഇദൊന്നു ഞമ്മ്ക്കു കേക്കണ്ടാ. ഞമ്മ്ളു പോണു.

ബഷീർ: സത്യം പറയുന്നതു നിങ്ങൾക്കിഷ്ടപ്പെടില്ലെന്നറിയാം.

സൈന: പടശോനാണെ അദുകൊണ്ടല്ല. ഇക്ക ബര്ണനേരാ.

ബഷീർ: നിയമം ലംഘിച്ചു കാട്ടിൽ കത്തിയും കൊണ്ടു ചെന്ന കാരണം പറഞ്ഞു വിറകെടുക്കാൻ ചെന്ന പല സ്ത്രീകളെയും ആ ഫോറസ്റ്റുഗാർഡു പലതുംചെയ്തിട്ടുണ്ട്! ചില പെൺകുട്ടികൾ അയാളിൽ നിന്നുള്ള ഗർഭം പേറി ആത്മഹത്യ ചെയ്യേണ്ടി വന്നിട്ടുണ്ട്. സഹികെട്ടു ഒരു ദിവസം ഞാനയാളുമായി ഏറ്റു മുട്ടിയെന്നല്ലാതെ ഇപ്പോൾ അയാളുടെ മരണവുമായി എനിക്കൊരു ബന്ധവുമില്ല.

സൈന: (സ്തംഭിച്ചു നിന്നിട്ട്) ന്റ റബ്ബേ! ഞമ്മ്ക്കൊന്നും ഇദറിഞ്ഞൂടാ ബശീറെ. അന്നിട്ടും ങ്ങളേം തെരഞ്ഞാണല്ലാ പോലീഷു നടക്കുന്നെ?

ബഷീർ: ആ പോലീസിനു ആദ്യം പിടിക്കേണ്ടി

വരുന്നത് എന്റെ ഇക്കയും നിങ്ങടെ കെട്ട്യോനുമായ കാദറിനെ ആയിരിക്കും.

സൈന: (അസഹ്യതയോടെ ഇരു ചെവിയും പൊത്തി) ബശീറെ

ബഷീർ: അതെ. കാട്ടിൽ നിന്നും ചന്ദനവുമായി വന്ന ഇക്കയും കൂട്ടരുമാണ് അയാളെ കൊന്നതെന്നു എല്ലാതെളിവുകളും പോലീസിനു കിട്ടിക്കഴിഞ്ഞു.

സൈന: (കരഞ്ഞു കൊണ്ടു വാതലിലേയ്ക്കു നടയ്ക്കുന്നു)ഞമ്മക്കൊന്നു അറിഞ്ഞൂടാ ബശീറെ ഞമ്മ്ക്കൊന്നു അറിഞ്ഞൂട.

ബഷീർ: അങ്ങനെ പലതും ഇനി അറിയാനിരിക്കുന്നതേയുള്ളൂ. (കുടിലിന്റെ വാതലിൽ ചെന്നിട്ട്.) കുള്ളീ... ! കുള്ളീ... !! കുള്ളി (കുള്ളി കരഞ്ഞു കൊണ്ട് വാതിലിൽ വരുന്നു.) ബശീറിക്യാ...! പോലീസു പുടിക്കുവാ ബൊശീറിക്യാ...

ബഷീർ: (സമാധാനിപ്പിക്കുന്നു) നീകരയാതെ. എന്നെ ഒരു പോലീസു പിടിക്കില്ല. നീ കരയണ്ട. ങാ. എല്യക്കൻ വരുമ്പോൾ ബാങ്കുവരെ ഒന്നു പോകാൻ തയ്യാറായി നിൽക്കാൻ പറയണം. ഇല്ലെങ്കിൽ ഈ സ്ഥലവും നട്ടിരിക്കുന്ന ഇഞ്ചിയും കൊണ്ടു ബാങ്കുകാരു പോകും. ഞാൻ പോകട്ടെ ?(പോകുമ്പാൾ സൈനബ ഇറങ്ങി വന്നു നോക്കി നിൽക്കുന്നു. എതിരെ വരുന്ന ചാത്തിയെ കാണുന്നു. ചാത്തി നിശബ്ദനായി കടന്നു വന്നു നിശ്ചലനായി നിൽക്കുന്നു. ബഷീർ നടന്നടുക്കുന്നതിന്ടയിൽ) ചാത്തി!

ചാത്തി: (സാവധാനം തല ഉയർത്തി നോക്കുന്നു.)

ബഷീർ: നീ എന്താ ഇങ്ങനെ ?

ചാത്തി: ബഷീറിനെത്തന്നെ നോക്കി നിൽക്കുന്നു.

കണ്ണുകൾ നിറയുന്നു.)

ബഷീർ: ചാത്തി ! നിന്റെ ദുഃഖം എനിക്കു മനസ്സിലാകും പക്ഷെ-

ചാത്തി: (പൊട്ടിക്കരയുന്നു.) ബശീറിക്യാ...

ബഷീർ: (നിസംഗതയോടെ) നിന്റെ മാനി മരിച്ചതു എങ്ങനെ എന്ന് നിനക്കു അറിയുമോ?

ചാത്തി: (പൊട്ടിക്കരഞ്ഞു കൊണ്ടു ഒരു വശത്തേയ്ക്കു പോകുന്നു.) ബശീറിക്യാ...

സൈന: (അടക്കിപ്പിടിച്ച ദുഃഖത്തോടെ)അദ്യ... അദ്യ... അദ്യ ബമ്മളു കണ്ടതാണു പൊന്നെ.!

ബഷീർ: (ആകാംഷയോടെ ഓടി അടുത്തേയ്ക്ക്.) ങേ!? സൈനബാത്താ! ഇതു സത്യമാണോ സൈനബാത്താ?

സൈന: (ആലസ്യത്തോടെ) ഞ്ഞീം ഞമ്മ്ക്കദ്യ ഓർക്കാനും കൂടാ ബയ്യാ റബ്ബേ!

ബഷീർ: മാനിയെ ... ആരാണു കൊന്നത്?... ങേ?

സൈന : (കരഞ്ഞു ദുഃഖത്തോടെ കുടിനീരു ഇറക്കുന്നതിനൊപ്പം) ഇക്ക

ബഷീർ: എന്തിനാണവളെകൊന്നത്?... എന്തിനാ സൈനബാത്ത..! പറയൂ... (വാതിലിനോടടുക്കുന്നു)

സൈന: (അകത്തേയ്ക്കു പോകുന്നതിനിടയിൽ) ഹില്ലാ... ഹില്ലാ ഞമ്മ്ക്കദ്യ പറഞ്ഞൂടാ ബശീറെ.! ഞമ്മക്കദ്യപറഞ്ഞൂട.

ബഷീർ: എന്നോടു അല്പമെങ്കിലും സ്നേഹമുണ്ടെങ്കിൽ നിങ്ങളു പറയണം

സൈന: ഞമ്മ്ള് പറേണദ് ആരിന്റ കാര്യാണു ബശീറെ.

ബഷീർ: എനിക്കുവേണ്ടി അതു പറയണം സൈന

ബാത്താ.

കുള്ളി: (കടന്നുവന്ന സംസാരം ശ്രദ്ധിച്ച നിൽക്കുന്നു.)

സൈന: (അകത്തുപോകുന്നതിനൊപ്പം) ഇല്ല. ഞമ്മ്ക്കദ്ദെ പറഞ്ഞൂട ബശീറെ.

ബഷീർ: (പ്രതികരണത്തോടെ) ഇല്ല. ഞാനിതു പറയിപ്പിക്കും. മാനിയുടെ മരണ കാരണവും അതിനുത്തരവാദികളായവരേയും ഞാൻ വെളിയിൽ കൊണ്ടു വരും.അതോടെ ഇവിടെ പണത്തിന്റെ മറവിൽ മാന്യത നടിച്ചു നടക്കുന്നവരുടെ മുഖം മൂടി ഞാൻ വലിച്ചു കീറും (പോകുന്നു)

കുള്ളി: (വിഷമത്തോടെ) ബഷീറിക്യാ!

ബഷീർ: (തിരിഞ്ഞു നോക്കിയിട്ടു നടന്നകലുന്നു)

കുള്ളി: (കാദറിന്റേ വീട്ടുമുറ്റത്തു ചെന്നു) സൈനബാത്താ!

സൈന: ഇജ്ജ് കുള്ളി... നീ നിരുവിക്കണ പോലൊന്നുമല്ല.

കുള്ളീ: (സംശയത്തോടെ) സൈനബാത്താ നീങ്കാ...

സൈന: ഞമ്മള്ജെങ്കിലും ഒന്നു ബിഷ്വഷിക്കു കുള്ളീ

കുള്ളി: സൈനബാത്താ! എനാക്കു ബയ്യാ സൈനബാത്താ

സൈന: ങ്ങന ബേജാറാകണ്ട കുള്ളി. അനക്കു ഞമ്മളൊണ്ടു കൂട്ടു

കുള്ളി: (ദുഃഖത്തോടെ പോകാൻ ഭാവിക്കുന്നു) നാനു പോവേ

സൈന: (പിന്നാലെ ചെന്നു കൂട്ടി വരുന്നതിനിടയിൽ) ങ്ങ്ന പോവല്ലെ കുള്ളി ഞമ്മളൊന്നു

പറയട്ടാ

കുള്ളി: (കുടിലിനടുത്തേയ്ക്ക് നീങ്ങുന്നു)

സൈന: (അടുത്തു ചെന്നു സ്നേഹത്തോടെ പിടിച്ചു) ങ്ങള് എപ്പളും ഈടെ ബരണദാ ഞ്ഞ്മ്മക്കൊരു ശന്തോശം

കുള്ളി: എനാക്ക് കാദറുശേ്യട്ട്യാന് പോടി ആന്റും

സൈന: അയ്നു ളുക്ക ഇല്ലാത്തപ്പ ബന്നാമദി

കുള്ളി: (നിഷേധാർത്ഥത്തിൽ തല ആട്ടി) ങ്ഹം നാനു ബാരെ

സൈന: (നൊമ്പരത്തോടെയുള്ള ഓർമ്മ) ഒരിക്ക അന്റ മാനീന്റെ പാട്ടും ബർത്താനോം മാത്ത്രാരുന്നു ഞമ്മക്കു ലേശം മനസുകം തന്നിരുന്നെ

കുള്ളി: നാനു വിരേക്കു പോകിന്റായ്

സൈന: അദെന്തേ..? അനക്കെന്നോടു പിണക്കാഞാ?

കുള്ളി: കാഞ്ഞി

സൈനബ: (സ്നേഹപൂർവ്വം തലൊടികൊണ്ടിരുന്ന കൈ വലിച്ചെടുത്ത് ഭയന്ന്) ബോങ്ങത്തമാശ്യേട്ട്യാ ഇപ്പ ബരുവേം

സൈന: (ധൈര്യം കൊടുക്കുന്നു) ഇല്ല. ഇക്ക ഇന്നു ബരില്ല ങ്ങടു പാട

കുള്ളി; (ഇല്ലെന്നർത്ഥത്തിൽ തലയാട്ടി കൊണ്ട് കുടിലിനകത്തേയ്ക്ക് പോയി) ങ്ഹം സൈനബ നിരാശയോടെ കുള്ളി കയറിയ കുടിലിനെ നോക്കി നിന്നിട്ട് വീടിനടുത്തേയ്ക്ക് പോകുന്നു. നിമിഷങ്ങൾക്കകം കുടിലിനകത്തു നിന്നും കുള്ളിയുടെ പാട്ട് ഉയരുന്നു. പെട്ടെന്ന് സൈനബാ സന്തോഷത്തൊടെ വീടിനകത്തു നിന്നും ഇറങ്ങി കുടിലിന്റെ വാതലിൽ ചെന്നു നോക്കി നപിൽക്കുന്നു.പാട്ടിനിടയ്ക്ക് കുള്ളി ഇറങ്ങി വരുന്നു. സന്തോഷത്തോടെ ഇരുവരും ചേർന്നു കുടിലിന്റെ തിണയിലും മുറ്റത്തുമായി കഴിയുന്നു)

പാട്ട്;

പവിഴമല്ലി കാട്ടിലും പണ്ടൊരു
പഞ്ചബരണക്കിളി നടാന്നു
കാട്ടുമൊളം കൊയാലിലൂറിന
പാട്ടവാളും കേട്ടിച്ച പാടി നടാണ്ണു

പാട്ടിന ഈണം അവേ ഏറ്റു പാട്ടവാം
ക്കുട്ടിനായ് വച്ചൊരു പക്കി ബന്തായ്
ഒരു ബരിപ്പാടി തിരും മിനേയ്
അവാള പറാന്ത് പിരിഞ്ഞ പോയാ
തൊണാ പാട്ടുപാടി പോയി ചങ്കാടത്തിൻ
ഇന്റും ഇണപ്പക്കി തേടീന്റോ..
എന്റും എന ചീലുകളേച്ച പാട്ടം
പുള്ളിക്കുയീലേ നീ എങ്കുപോയാ..

പാട്ടു ആസ്വാദിച്ചുകൊണ്ട് ചാത്തി സാവധാനം നടന്നു നടന്നു കുടിലിന്റെ മുറ്റത്തെത്തുന്നു.

ചാത്തി: (അത്യധികം വേദനയോടെ) പാപ്പാത്തി!എന്ന മാനീന കണ്ടുളിര്യോ? നീങ്കള പാടിന മാനിയോടെ പ്പോയ് മാ!?

സൈന: (ദുഃഖത്തോടെ) ചാത്തി!(അവൾക്കു ഒന്നും പറയാൻ കഴിയുന്നില്ല. കുള്ളി അത്യധികം വേദനയോടെ കുടിലിനകത്തേയ്ക്കും സൈനബ വീടിനകത്തേയ്ക്കു പോകുന്നു. വേദനാനിർഭരമായ നിമിഷത്തിൽ ചാത്തി സാവധാനം വെളിയിലേയ്ക്കു പോയി.

നിമിഷങ്ങൾക്കു ശേഷം ജോലി കഴിഞ്ഞു ക്ഷീണിതയായ പൈക്ക കാപ്പികുത്തുന്ന മുള തലയിൽ വച്ചുകൊണ്ടു കടന്നു വന്നു വാതിലിൽ വെളിയിൽ ഇട്ടിട്ടു വെളിയിലേയ്ക്കു പോകുന്നു കുടിലുകളുടെ ഇടയിൽ അവൾ എന്തോ തിരയുന്നു. കുടിലിനകത്തും കയറി ഇറങ്ങിനോക്കുന്നു. ഒടുവിൽ കുള്ളിയെ വിളിക്കുന്നു.)

പൈക്ക: കുള്ളി!..കുള്ളിയായ്... നിയു ഇങ്കേക്കുബാരി... (ചുറ്റും എന്തോ തെരയുന്നു.)

കുള്ളി: (കടന്നു വരുന്നു)

പൈക്ക: നീയു ഇന്റു ബ്യറാകിക്ക് പോയിച്ച ബൊറുദെ ബന്തദായ്? നിനാക്കു ബ്യറാകു കിടേപ്പാം കാണി?

കുള്ളി: (അതേ നില)

പൈക്ക: നിനാക്കു മുണ്ടുവാം നാവു കാണി? അടി കത്തി നീ യേടെ ഉട്ടും കാഞ്ചു ബെറുദേ ബന്തദായ്? നിനാക്കു നാവു കാണി.

കുള്ളി : (തേങ്ങിക്കരയുന്നു)

പൈക്ക : (കോപത്തോടെ അടിക്കാൻ ചെല്ലുന്നു.) നിന്ന നാനു...

സൈന (അകത്തുനിന്നും) പൈക്കാ! ഇജ്ജ് ഓളതല്ലല്ലേ. ഞമ്മള്ള ബിളിച്ചിട്ടാ ഓളുബന്നെ.

പൈക്ക : (പിൻതിരിഞ്ഞു) സൈനബാത്ത!നാനിന്റ കാപ്പികുത്തുവാം പോയിന്തെ.ഇവാള്ള ബ്യറാക്കിക്കു പോയിച്ച ബ്യറാകില്ലാങ്ങു ബന്തുളെ. ഇവാള്ള പുന്ന ഏ്യടേക്കു പോയിന്തെ?

കുള്ളി: (കരയുന്നു) പൈക്ക!

പൈക്ക: ങാ? നീയു എനന്താങ്കു കിര്യിന്റായ് ?

കുള്ളി: പൈക്കാ! എനാക്കു ഒന്റും പറവാങ്കയ്യും. എനാക്കൊന്റും പറവാം കയ്യ്യാ..(കരഞ്ഞു കൊണ്ടു അകത്തേയ്ക്കു പോകുന്നു)

സൈന: (ആകാംക്ഷയോടെ)ന്റ റബ്ബേ! ഇദെന്താ പൈക്ക!?

പൈക്ക: കുള്ളി!!? (ആ വിളി അന്തരീക്ഷത്തിൽ പ്രതിധ്വനിച്ചു നിൽക്കുമ്പോൾ എലുക്കൻ ഒരു വടിയും കുത്തിപ്പിടിച്ച് ഭയവും സങ്കടവും ആകാംക്ഷയും നിറഞ്ഞ ഭാവത്തി വളരെ വേഗം കടന്നു വരുന്നു)

എല്യക്കൻ: (കടന്ന വരുന്നതിനിടയൽ) പൈക്ക..! കുള്ളീ!! കുരുന്ത ഏടമാ. നമ്മ മൊയ്യന പോലീഷു പുടിച്ചളെ.

പൈക്ക : ങേ!? അപ്പാ!... അവേ എനത്താങ്ക അവനാ പോലീച്ചുപുടിച്ചായ്?

എല്യക്കൻ ആനക്കൊമ്പു പൊട്ടില്യ കൊണ്ടുപോകുമ്പം

പൈക്ക : (നിസ്സഹായതയോടെ നെഞ്ചത്തു കൈ വെച്ചു കരയുന്നു.) എന്ന പടച്ച തമ്പിരാ...! ആശ്യേട്ട്യാക്കും ബോണ്ടിച്ച എങ്കള മൊയ്യന അറാഞ്ചു കൊല്ലിന്റോ... (ഒരു വശത്തേയ്ക്കു നോക്കി ഇരു കൈകളും വായ്ക്കു വളയം പിടിച്ചു ഉച്ചത്തിൽ വിളിക്കുന്നു.) കുരുന്താ..!

എല്യക്കൻ (അതേ രീതിയിൽ ഓരോ ദിക്കിലേയ്ക്കു തിരിഞ്ഞു നിന്നു വിളിക്കുന്നു)കുരുന്തായ്... !! (ഇരുവരും ചേർന്ന് വിളിച്ചുയർത്തിയ ശബ്ദം അന്തരീക്ഷത്തിൽ പ്രതിധ്വാനിക്കുന്നതേടെ വെളിച്ചം മങ്ങിമങ്ങി ശബ്ദവും വെളിച്ചവും ക്രമാനുഗതമായി ഇല്ലാതാകുന്നതോരം രംഗം ഇരുളിലായി

രംഗം അഞ്ച്

(രംഗം വീണ്ടും പ്രകാശിതമാകുന്നു. കുടിലിന്റെ തിണ്ണയിൽ മുഖത്ത് തിങ്ങുന്ന വേദനയോടെ തലയും താഴിത്തി ഇരിക്കുന്ന എല്ലുക്കൻ. ദുഃഖസാന്ദ്രമായ സംഗീതം. ഇടയ്ക്കു മുഖം തുടയ്ക്കുകയും തലയിൽ മാന്തുകയും ചെയ്യുന്നു. ബഷീർ കടന്നുവരുന്നു.)

ബഷീർ: എന്താ മൊരവാ ഇങ്ങനെ ഇരിക്കുന്നത്? സുഖമില്ലേ?

എല്ലുക്കൻ: (നിറമിഴികളോടെ തുറിച്ചുനോക്കി വീണ്ടും തല താഴ്ത്തുന്നു)

ബഷീർ: (എല്ലുക്കനോടു ചേർന്നു ഇരിക്കുന്നു) എന്താ മൊരവാ മിണ്ടാത്തത്?

എല്ലുക്കൻ: ഓരോന്റും ഓർത്തു ഓർത്തു ഇളേച്ചദാ.

ബഷീർ: ങ് 'ഉം!? എന്താ ഓർക്കുന്നത്?

എല്ലുക്കൻ: മാനിക്കുനീല കുട്ടമൊരവന പറാഞ്ചു അയച്ചുളെ.

ബഷീർ: അതെന്തിനാ?

എല്ലുക്കൻ: എന്നെ മൊട്ടേത്തി പൈക്കാക്കു ഒരു ഉറാളന തേടിച്ചു.

ബഷീർ: ഓഹോ. അതിനാണോ?

എലുക്കൻ: അവേക്കും വൈയേം നെല്ലും ഒക്കെ എമ്പാട്ടും ബോണം.

ബഷീർ: അപ്പം ഉടനെ ചൈക്കയുടെ കല്യാണം ഉണ്ടാകുമല്ലോ?

എലുക്കൻ: ങാ. അവേക്കെ ഒക്കെ ഒണ്ടായിച്ചബോണം. (ഓർമ്മയോടെ) അവളും പയോലപ്പിന്ന പാട്ടീലു എമ്മ കുള്ളി തനിച്ചാന്റ്. അവാളക്കുട ഒരു മൊട്ടേനെ പുടിച്ചു കൊടുത്തലപ്പന്ന നാനു ചത്താലുമദി. (കുള്ളി പിന്നിലൂടെ കടന്നുവന്നു സംസാരം കേട്ടു നിന്നിട്ടു സാവധാനം അകത്തു പോകുന്നു)

ബഷീർ: കുള്ളിക്കും ഒരു നല്ല മൊട്ടനെ കിട്ടുമൊരവാ

എലുക്കൻ: കാണി. ഉണീം ഒരു മൊട്ടേനു ഊടേക്കു ബരുവറങ്കാണി.

ബഷീർ: ഇല്ല. മൊരവാ. ഒരു നല്ല മൊട്ടേൻ എന്തായാലും വരും.

എലുക്കൻ: (ദുഃഖത്തോടെ) വരാതിക്കില് പിന്ന എന്ന മാതീന പ്പോലെ-

ബഷീർ: മൊരവാ! മാനിക്കുണ്ടായ അനുഭവം കള്ളിക്കു ഒരിക്കലും ഉണ്ടായിക്കൂടാ. ആരും വരുന്നില്ലെങ്കിൽ പിന്നെ അവളെ ഞാൻ നോക്കും ജീവിതകാലം മുഴുവൻ.

എലുക്കൻ: (വെപ്രാളപ്പെടുന്നു. പരിഭ്രമത്തോടെ ഇരിക്കുന്നിടത്തു കിടക്കുകയും പെട്ടെന്ന് പിടഞ്ഞെഴുന്നേൽക്കുകയും ചെയ്യുന്ന ഒരു ഭ്രാന്തമായ അവസ്ഥ) എന്ന പടച്ച തമ്പിരാ! താനു എന്നത്തനെ ഈ കേക്കിന്റായോ!? ആ കാതറു ശ്യേട്ട്യാ എങ്കാള എല്ലാമ്പാടെകൊന്റുകാവും.

ബഷീർ: ഇല്ല. ഇനി അതു ഞാൻ ജീവിച്ചിരിക്കുന്നിടത്തോളം കാലം ഇവിടുണ്ടാവില്ല.

എല്യക്കൻ: (വെപ്ലാളം) ബോണ്ടാ ബോണ്ട ശ്യേട്ട്യാ. പോയ് നീങ്ക പോയീ ഊടുന്റ്. അവേ ബോണ്ട.

ബഷീർ: മൊരവൻ പേടിക്കാതെ ധൈര്യമായിരിക്ക്.

കുരുന്തൻ: (കടന്നുവരുന്നു) ബഷീറിക്യ്യാ! ബന്നിട്ട് ഏരെ നേരായാ?

ബഷീർ: ആയോന്നോ? മറ്റുള്ളവരൊക്കെ എവിടെ? സമയത്തും കാലത്തും. ആരും എത്താത്ത ത് എന്താ കുരുന്താ?

കുരുന്തൻ: നാനിപ്പ ബ്യളിക്കാം ബഷീറിക്യ്യാ (കുടിലിനു ചുറ്റും നടന്ന് വെളിയിൽഅകലെ നോക്കി ഓരോരുത്തരേയും വിളിക്കുന്നു) അടാ ബെള്ളിയേ...) കുള്ളാ... കുറുക്കാ... വേരാ... ബൊമ്മാ... പാലാ... കുഞ്ഞാ... എല്ലാവരും ബേഗം ബരിനമ്മ ബശീറിക്യ്യാ ബന്ത്ളെ.

എല്യക്ക: (എഴുന്നേറ്റു വെളിയിലേയ്ക്കു തടക്കുന്നതിനിട യിൽ) ബശീറുശ്യേട്ടാ.. താനു ഓമി ബെറ്റ്ല അടക്കാ ബേങ്കിച്ചബരാ. (പോകുന്നു.)

(ആളുകൾ ഓരോരുത്തരും കടന്നുവന്നു കുടിലുകൾക്കിടയിൽ ഇരിക്കു ന്നു. കുള്ളി ഒരു സഞ്ചിയിൽ കടയിൽ നിന്നു വാങ്ങിയ സാധനങ്ങളുമായി കടന്നുവരുന്നു.)

കുള്ളി: ബശീറിക്യ്യാ... !

ബഷീർ: ങാ. നീ എവിടപ്പോയിരുന്നു?

പൈക്ക: (കടന്നു വരുന്നതിനിടയിൽ അവളു പൂടികാ ക്കു പോയിരുന്തെ.

ബഷീർ: പീടികയിൽ ചെന്നാൽ ഇപ്പം കണക്കു പറഞ്ഞുസാധനങ്ങൾ വാങ്ങാറുണ്ടോ?

കുള്ളി: പിന്നെ. ഇപ്പനാനു അമ്പതുറുപ്പ്യായ് കൊ ണ്ടുപോയിക്കു നാപ്പത്തഞ്ചു രൂപാക്കു അരി ചാമാനം ബേങ്കിച്ച അഞ്ചുറുപ്പ്യായ കയ്യിലെ

ബേങ്കി.

ബഷീർ: മിട്ടുക്കി. അങ്ങനെ വേണം

പൈക്ക: പൂടികക്കാരു പാപ്പേമ്മാർക്കു ഇവാളോട് ഇപ്പം കെറുവാന്റ്.

ബഷീർ: (ചിരിച്ചു കൊണ്ടു) അവളോടല്ല. അക്ഷരവും അറിവും പഠിപ്പിക്കുന്ന എന്നോടാണ്.

കുള്ളി: ഊടെ നാനിപ്പ എല്ലാർക്കും കണക്കു പറാഞ്ഞു കൊട്ടുക്കിന്റായ് ബശീറിക്യാ.

ബഷീർ: വേണം. കണക്കറിയാത്ത നിങ്ങളെ ഇവിടെ കച്ചവടക്കാരു എന്തുമാത്രമാ പറ്റിക്കുന്നത്.

കുരുന്ത: ഇഞ്ഞീം അയാണെ എങ്കാള പറ്റിപ്പാം പറ്റല ബശീറിക്യാ. അവേക്കു താനേ നാങ്കു ഇവേക്കെ പഠിക്കിന്റായ്.

ബഷീർ: അതു നിങ്ങളെല്ലാവരും മനസ്സിലാക്കിയാൽ മതി.

കുള്ളി: (സഞ്ചി കുടിലിനകത്തു കൊണ്ടുപോയി വച്ചു തിരിച്ചുവരുന്നു)

ബഷീർ: ആട്ടെ. കഴിഞ്ഞ ദിവസം ഞാൻ പറഞ്ഞു തന്ന പാട്ടു പഠിച്ചോ?

കുരുന്തൻ: അദിപ്പം കുള്ളീം പൈക്കായും പഠിച്ചുളെ.

ബഷീർ: ശരി. എല്ലാവരും വരുന്നതുവരെ നിങ്ങളതൊന്നു പാടിക്കെ കേൾക്കട്ടെ. (കുരുന്തൻ പാടിതുടങ്ങുന്നു. കുള്ളിയും പൈക്കയും കടന്നുവന്നു പാട്ടിൽ പങ്കുചേരുന്നു. പിശകുള്ള ഭാഗം ബഷീറു തിരുത്തി പാടിക്കൊടുക്കുന്നു പാട്ടു തുടങ്ങുന്നു)

കാടരും തോടരും കുറുമ്പരും കുറിച്യരും
കാട്ടുപെറ്റ മക്കൾ നമ്മൾ കറുത്ത മക്കൾ
പിറക്കുമ്പോൾവിലങ്ങുകളില്ലായിരുന്ന കാലിൽ

പിന്നെയാരു കൊണ്ടുവന്നു പൂട്ടിയതീ തുടലുകൾ

മലമടക്കുകൾക്കിടയിൽ കാപ്പിപൂത്തു
അയയുടെ താഴത്തുവീണ വിയർപ്പു പൂത്തു
അസ്ഥി പൂത്തു ചോരപൂത്തു വയനാടൻ കുന്നുപൂത്തു
അവസാനം കാടുകളിൽ ചെങ്കൊടി പൂത്തു

അവിടെ നമ്മുടെ പടയോട്ടം
അടിമകൾക്കാഹ്ലാദ കൊടിയേറ്റം
മുടിയഴിപ്പൂതു ഒളിവാവണിയപ്പെണ്ണേ

ചുരുളി മല ചെരുവിൽ വീണ കഴുകുമരം കത്തട്ടെ
പറയാഞ്ഞു പടകലിയേറ്റുണർന്നു വായോ
കാടുപെറ്റ മക്കളെ കറുത്ത മക്കളെ.

ബഷീർ: (പാട്ടു തീർന്ന ശേഷം) നന്നായി. എല്ലാവരും എത്തിയോ? ഇരിക്കണം. (എല്ലാവരും ഇരിക്കുന്നു) ഞാൻ ഇന്നു പറയാൻ പോകുന്നത് നിങ്ങടെയൊക്കെ റേഷൻ കാർഡിന്റെ കാര്യമാണ്. നിങ്ങൾക്കു കുറഞ്ഞ വിലയ്ക്ക് അരിയും ഗോതമ്പും മണ്ണെണ്ണയും പഞ്ചസാരയും വാങ്ങിക്കാൻ തന്നിരിക്കുന്നതാണ് റേഷൻ കാർഡ്. അതു നിങ്ങളും റേഷൻ കടക്കാർക്കു തന്നെ പണയം വച്ചിരിക്കുന്നതെന്തിനാണ്?

വെള്ളി: പൂടികക്കാരൻ പാപ്പെ എനാക്കു കള്ളു കുടീപ്പാനുള പൈചേ തന്നുളെ.

ബഷീർ: വെള്ളി ആ കാർഡിന്റെ പേരിൽ നിനക്കു കള്ളുകുടിക്കാൻ പൈസ തരുന്നുണ്ടെങ്കിൽ അതിന്റെ ഇരട്ടിയാണ് നിങ്ങളുടെ വക അരിയും മറ്റു സാധനങ്ങളും പുറത്തുവിറ്റിട്ടു യാളു സമ്പാദിക്കുന്നത്.

വേറൊരാൾ: എനാക്കു ആ പാപ്പേ എപ്പാണും എപ്പാണും

കള്ളുകുടിപ്പാനുള്ള പൈചേ തരിന്റ.

ബഷീർ: ആ പൈസവാങ്ങി നിങ്ങള്ള കള്ളുകുടിച്ചു നടക്കുമ്പോൾ പാടികളിൽ നിങ്ങടെ പണിച്ചിമാരും കുട്ടികളും പട്ടിണി കിടക്കുവല്ലേ? അതെന്തെ നിങ്ങള്ള മനസ്സിലാക്കാത്തത്? അതുകൊണ്ടു കാർഡ്ഡു പണയം വെച്ചിരിക്കുന്ന എല്ലാവരും കാർഡ്ഡു തിരിച്ചുവാങ്ങി നിങ്ങള്ള തന്നെ സൂക്ഷിക്കണം. എന്നിട്ടു പണിയെടുക്കുന്ന പൈസകൊടുത്തു കുറഞ്ഞ വിലയ്ക്കു അരിയും സാധനവും വാങ്ങിക്കണം.

കുരുന്ത: ബശീരിക്യാ!... എങ്കള കാർഡ്ഡു ഒരീക്ക ബേങ്കിച്ചു തരി.

ബഷീർ: നാളെ നീ തന്നെ അതു ചോദിക്കു കുരുന്താ. തന്നില്ലെങ്കിൽ വഴി ഉണ്ടാക്കാം.

കുരുന്താ: അവരാരു തരാ.

ബഷീർ: നിങ്ങളെപ്പോലെ എത്രെയെത്ര ആദിവാസികൾ റേഷൻ കാർഡ് എന്താണെന്നുപോലും അറിയാത്തവരായിട്ടുണ്ട്. ഇവിടുത്തെ പ്രമാണിമാരു പലരും ആദിവാസികളുടെ ഭൂമി കൈവശപ്പെടുത്തിയിരിക്കുന്നതുപോലെ അവരുടെ റേഷൻകാർഡ്ഡു പോലും കൈടക്കിയിരിക്കുകയാണ്. അല്പമെങ്കിലും വിദ്യാഭ്യാസമുള്ള നിങ്ങളെപ്പോലുള്ള വരെങ്കിലും ഇക്കാര്യം പറഞ്ഞു ബോദ്ധ്യപ്പെടുത്തണം.

കുരുന്തൻ: അവാരു അറിഞ്ചുതാനെ കൊടുത്തുളെ ബശീരിക്യാ.

ബഷീർ: ജീവിക്കാൻ നിവർത്തി ഇല്ലാതെ വരുമ്പോഴാണെടാ റേഷൻകാർഡ്ഡും പട്ടയേം പണയപ്പെടുത്തേണ്ടി വരുന്നത് അതൊക്കെ തിരിച്ചു വാങ്ങാൻ നിങ്ങൾ കൂട്ടായി

തയ്യാറാകണം. അതുപോലെ ഇനിമുതൽ വൈകുന്നേരങ്ങളിൽ എവിടേയും അലഞ്ഞു നടക്കാതെ എല്ലാവരും ഇവിടെ വരാൻ പറയണം. അക്ഷരം പഠിച്ചാലെ പത്രം വായിക്കാനും കാര്യങ്ങൾ അറിയാനും കഴിയൂ എന്നാലെ നിങ്ങടെ ശത്രുക്കളെ തിരിച്ചറിയാൻ കഴിയൂ. (കൈയിലിരിക്കുന്ന പത്രം അവരിൽ ഒരാൾക്കു കൊടുക്കുന്നു. അയാൾ അതു വാങ്ങുന്നു.) അതുകൊണ്ട്-

സെയ്തൂട്ടി (കടന്നുവന്നു സംസാരം മറഞ്ഞു നിന്നു കേട്ടിട്ട് സഹികെട്ടു അത്യധികം കോപത്തോടെ)

അടാ! ഹിമാറെ! ഇജ്ജ് ഞമ്മള തോപ്പിക്കാനാ ഭാവം?

(കുരുന്തൻ ഒഴികെ ബാക്കിയെല്ലാവരും ഭയന്ന് കുടിലുകൾക്കിടയിലേക്കു പോകുന്നു.)

ബഷീർ: (നിസാരമാക്കി) ബാപ്പാനെ മാത്രമല്ല.

സെയ്തൂട്ടി: പിന്നെ?

ബഷീർ: ആദിവാസികളെ രക്ഷിക്കാനെന്നും പറഞ്ഞു അവർക്കു കിട്ടുന്ന ആനുകൂല്യങ്ങളൊക്കെ തട്ടിപ്പറച്ചെടുത്തിട്ട് ഒടുവിൽ അവരുടെ പിച്ചച്ചട്ടിയിൽ പോലും കൈയിട്ടു വാരുന്ന ഒരു പിടി ദുഷ്ടന്മാരെ മുഴുവനും.

സെയ്തൂട്ടി: (അസഹ്യതയോടെ) ബശീറെ!

ബഷീർ: അതെ ബാപ്പാ! അതിൽ നിന്നും എന്റെ ബാപ്പയെ മാത്രം ഒഴിവാക്കാൻ സാധ്യമല്ലല്ലോ.

സെയ്തൂട്ടി: (കോപത്തോടെ) അടാ! ഇജ്ജ് 'ഞമ്മളെ' അനുസരിക്കുന്നോ അദോ?

ബഷീർ: എന്തിന്റെ പേരിൽ?

സെയ്തൂട്ടി: അപ്പം ഇജ്ജ് ഞമ്മളോടു തർക്കിക്കുവാനാ ഭാവം?

ബഷീർ: അതുകൊണ്ടു ഫലമില്ലല്ലോ? പാവപ്പെട്ടിവരുടെ റേഷൻകാർഡും പട്ടയവും ആധാരവുമൊക്കെ കൈയ്യടക്കിക്കൊണ്ടിവരെ കുടികിടപ്പുതാരാക്കി പട്ടിണിക്കിട്ടു കഷ്ടപ്പെടുത്തുന്നതും മറ്റും.

സെയ്തുട്ടി: അദ്. അദ് ഓരെ ഞമ്മള് രച്ചിക്കാനമേണ്ട്യാ

ബഷീർ: (പുഛം) അതേയോ?

സെയ്തുട്ടി: അവരെക്കൊണ്ട് അനക്കൊമ്പും ചന്ദനവും കാട്ടുതടിയും കട്ടുകടത്തി കാശുണ്ടാക്കുകയും ഒടുവിൽ അവർക്കു മർദ്ദനവും ജയിൽ ശിക്ഷയും വാങ്ങിക്കൊടുത്തു കഷ്ടപ്പെടുത്തുന്നതും മറ്റും നിങ്ങൾ നടത്തുന്ന ഹരിജനഗിരിജന സംരക്ഷണത്തിന്റെ ഭാഗമാണല്ലെ?

സെയ്തുട്ടി: (കോപത്തോടെ അടിക്കാൻ അലറി അടുക്കുന്നു) ജ്ജെന്ത് പറഞ്ഞെടാ ഹമുക്കെ!?

കുരുന്തൻ: (തടഞ്ഞു കൊണ്ടുടുക്കുന്നു) ശ്യേട്ട്യാ... ! ശ്യേട്ട്യാ!!

സെയ്തുട്ടി: മാറിനില്ക്ക് 'ശെയ്ത്താനെ! മാറാൻ...

ബഷീർ: (ഒരു കൂസലും കൂടാതെ) കുരുന്താ! നീ മാറിനില്ക്ക് സത്യം പറയുമ്പോഴെന്തിനാണെന്റെ ബാപ്പാ ഇത്ര വിറകൊള്ളുന്നത്?

സെയ്തുട്ടി: (പുഛിച്ചു) ചത്യം! ജ്ജെന്തു ചത്യാടാ ഹമുക്കെ പറേന്നെ? (കുരുന്തൻ കിടിലിനിടയിലേക്കു പോകുന്നു)

ബഷീർ: ബാപ്പായുടെ കൈയിലുള്ള റേഷൻകാർഡുകളുടെ എണ്ണം നാല്പതോ നാല്പത്തിരണ്ടോ?

സെയ്തുട്ടി: അദു ഞമ്മളു കായകൊടുത്തു മാങ്ങി ബെച്ചിരിക്കുന്നദാ.

ബഷീർ: കാശുകൊടുത്താൽ മറ്റുള്ളവരുടെ പേരിൽ റേഷൻകാർഡു സമ്പാദിക്കാൻ കഴിയുമോ?

സെയ്തുട്ടി: പിന്നില്ലേ?

ബഷീർ: അതു ശരി സത്യത്തിൽ ഈ വീടു നിൽക്കുന്നത് ഈ പണിയരുടെ സ്ഥലത്തല്ലേ?

സെയ്തുട്ടി: ഓലുക്കും ഞമ്മ'ളുകായ്' കൊടുത്തിട്ടാണ്ടാ.

ബഷീർ: കാശുകൊടുത്തിട്ടാണു പോലും. മഴ പെയ്തൊലിക്കുമ്പം പുരചോരുന്ന പേരും പറഞ്ഞു പട്ടയവും ആധാരവും നനയാതെ സൂക്ഷിക്കാനെന്നും പറഞ്ഞുസൂത്രത്തിലല്ലേ ബാപ്പാ ഇതു കൈയടക്കിയത്?

സെയ്തുട്ടി: അടാ! ഞമ്മളൊരു കാരിയം പറഞ്ഞേക്കാം അനക്ക് ആവശ്യോള്ള ദിനേ ഇജ്ജ് എടപെടാവൂ

ബഷീർ: എന്റെ ആവശ്യവും അനാവശ്യവും തീരുമാനിക്കും മുമ്പ് എനിക്കും ഒന്നു പറയാനുണ്ട്.

സെയ്തുട്ടി: ങ് 'ഉം!?

ബഷീർ: ബാപ്പ കൈവശം വച്ചിട്ടുള്ള റേഷൻകാർഡും പട്ടയവും ആധാരവും ഒക്കെ എത്രയും വേഗം ഈ പാവങ്ങൾക്കു തിരിച്ചു കൊടുക്കണം.

സെയ്തുട്ടി: ഇല്ലെങ്കിൽ?

ബഷീർ: ഒന്നെങ്കിൽ നിയമപരമായി അതു വാങ്ങിക്കാൻ നോക്കും ഇല്ലെങ്കി.

സെയ്തുട്ടി: (നിസാരമാക്കി) നേമം! അദു ഞമ്മളു കൊറെ കണ്ടതാടോ.

ബഷീർ: നിങ്ങളെ താലോലിക്കുന്ന നിയമത്തിന്റെ തണലിൽ ഇനി ഏറെക്കാലം കഴിയാമെ

ന്നു കരുതേണ്ട. ഇവിടുള്ള ചില ഉദ്യോഗ സ്ഥന്മാരെങ്കിലും ബാപ്പയെപ്പോലെയുള്ള വരുടെ ആക്രമത്തേയും അനീതിയേയും എതിർക്കാതിരിക്കില്ല.

സെയ്തുട്ടി:	അയ്ന് ഞമ്മളെന്താക്രമാ കാണിശ്ശെ? എന്തനീദിയാ കാണിശ്ശെ?
ബഷീർ:	ആദിവാസികൾക്കുവേണ്ടി സർക്കാരനു വദിച്ച തുകയുടെ പകുതിയെങ്കിലും ബാപ്പ കരാറെടുത്തു പണിയിച്ച കെട്ടിടങ്ങൾക്ക് ചെലവഴിച്ചോ?
സെയ്തുട്ടി:	അദ് 'ഞമ്മ'ട ബിസ്നസ്സല്ലെ?
ബഷീർ:	സിമന്റിനു പകരം വയനാടൻ മണ്ണും ചെളിയുമിട്ടു കെട്ടി കെട്ടിടങ്ങളുണ്ടാക്കുന്നതാ നിങ്ങടെ ബിസിനസ്സ്?
സെയ്തുട്ടി:	അയ്ന് സർക്കാരു സിമന്റ് തരണ്ടെ?
ബഷീർ:	തന്ന സിമന്റ് വിറ്റു കാശാക്കുവല്ലെ ചെയ്തത്?
സെയ്തുട്ടി:	ഇജ്ജ് ബേണ്ടാത്ത ബർത്താനം പറേല്ലാ.
ബഷീർ:	അതിന്റെ ഓഹരി അല്ലെ ആ എഞ്ചിനീയർക്കു കൊടുത്തത്?
സെയ്തുട്ടി:	ങാ. ജോലി ചെയ്ന്നോനാ ഞമ്മളുകായ് കൊടുക്കുന്നെ അയ്ന് അനക്കെന്താ?
ബഷീർ:	ജോലി ചെയ്യുന്നോർക്കെല്ലാവർക്കും ബാപ്പാ കാശു കൊടുക്കുന്നുണ്ടോ?
സെയ്തുട്ടി:	പിന്നില്ലെ?
ബഷീർ:	ആദിവാസികൾക്കു വേണ്ടി പുരവെയ്ക്കുന്നെന്നും പറഞ്ഞു അവരെക്കൊണ്ടു തന്നെ കല്ലും മണ്ണും ചുമപ്പിച്ചിട്ട് പത്തുപൈസപോലും കൊടുക്കാതെ ബാപ്പ ചെയ്ത കള്ളത്തരത്തിനു സർക്കാരുദ്യോഗസ്ഥർക്കും കൂട്ടുനി

ന്നവർക്ക് ആയിരങ്ങൾ കൊടുക്കാമല്ലെ?

സെയ്തൂട്ടി: (കോപം കൊണ്ടുവിറയ്ക്കുന്നു.) ബശീറെ!?

ബഷീർ: ഇല്ല ബാപ്പാ. ആ കെട്ടിടം ഉരുണ്ടു വീണ തിനിടയിൽപ്പെട്ടു ആദിവാസികളായ രണ്ടു മനുഷ്യജീവനാണ് പിടഞ്ഞുപിടഞ്ഞു മരിച്ചത്.

സെയ്തൂട്ടി: പിന്ന അയ്'ന്റ കൂട ഞമ്മ'ക്കും മയ്യത്താകാ മ്പറ്റ്വാ?

ബഷീർ: (അസഹ്യതയോടെ) ബാപ്പാ!? അവരുടെ കൂടെ മയ്യത്താകാൻ പോയിട്ട് അവരോട ല്പം കരുണ കാണിക്കാൻ പോലും എന്റെ ബാപ്പ തയ്യാറല്ലെന്നെനിക്കറിയാം.

സെയ്തൂട്ടി: അടാ അദേകായ് മൊടക്കി കരാറെടു ക്ക്ണദ് കരുണ കാണിക്കാനല്ല കായൊ ണ്ടാക്കാനാ.

ബഷീർ: അതു പാവപ്പെട്ടവരെ കരുതി കൊടുത്തു കൊണ്ടാകരുത് ആ കെട്ടിടം വീണ ആശു പത്രിയിലായവരെയെങ്കിലും ബാപ്പ ഒരു നോക്കു പോയി കണ്ടോ?

സെയ്തൂട്ടി: (അസഹിഷ്ണുതയോടെ അങ്ങോട്ടുമിങ്ങോട്ടും നടക്കുന്നതിനിടയിൽ) ഇദ്ദ ശോയിക്കാന ക്കൊണ്ടു ഇജാരാ? ഈടുത്തെമയിസ്രെട്ടാ?

(ഈ സമയം കാദർ കടന്നുവരുന്നു. മുണ്ടും ബനിയനും തലിയിൽക്കെട്ടും വേഷം കയ്യിൽ ഒരു നാടൻ തോക്കുമുണ്ട്)

ബഷീർ: (കാദറിനെ ചൂണ്ടി) നിങ്ങൾ നടത്തുന്നീ അനീതികളൊക്കെ ഇവിടെ നിയമവും മജിസ്രേട്ടുമൊക്കെ കാണുന്നുണ്ടായിരി ന്നെങ്കിൽ ഈ മനുഷ്യനിന്നു വെളിയിൽ നടക്കില്ലായിരുന്നു.

കാദർ: (ഒന്നും അറിയാതെ) അയ'നു ഞമ്മ'ളെന്തു ശെയ്ദ്?

ബഷീർ: ചെയ്തതോരോന്നും ഞാനങ്ങോട്ടു പറയാം. രണ്ടു ഭാര്യമാരും മൂന്നുകുട്ടികളുമുള്ള ഇക്ക യിൽ നിന്നല്ലെ മാനി ഗർഭിണി ആയത്?

കാദർ: (അസഹ്യതയോടെ) അടാ! ജ്ജ് ബേണ്ടാ ത്ത ബർത്താനം പറേല്ലയ്.

(സെയ്തുട്ടി ഹാജി മറുപടി പറയാനാകാതെ അസ്വസ്ഥതയോടെ ഇരു വരേയും നോക്കി നിൽക്കുന്നു)

ബഷീർ: എന്നിട്ട് പാവം മാനിയുടെ കഴുത്തു ഞെരി ച്ചു കൊന്നല്ലെ ഇക്കയും ബാപ്പയും മാനം രക്ഷിച്ചത്?

കാദർ: അടാ! ബശീറെ!

ബഷീർ: അതെ ഇക്കയും കൂട്ടരും ചേർന്നു നടത്തിയ മറ്റൊരു കൊലപാതകം കൂടി എന്റെ പേരിൽ ചുമത്തി ഇവരുടെ ഇടയിൽ നിന്നും എന്നെ ഒഴിവാക്കി രക്ഷപ്പെടാൻ നോക്കുകയാണല്ലെ

കാദർ: (കൂടുതൽ അസഹ്യതയോടെ) ബശീറെ! അന്ന ഞമ്മളു എന്തു ശെയ്യുന്നറിയാവോ?

ബഷീർ: ഒന്നും ചെയ്യില്ല. ബാപ്പയുടെ പണംകൊണ്ട് തത്ക്കാലം രക്ഷപ്പെടാം പക്ഷെ ജീവിച്ചി രിക്കുന്ന തെളിവുകളുള്ളിടത്തോളം കാലം ഇക്കയ്ക്കു അതിൽനിന്നും രക്ഷപ്പെടാനാവി ല്ല.

കാദർ: (ഹാജിയാരോടടുത്ത്) ബാപ്പാ! ബാപ്പ ഇദൊക്കെ കേട്ടു നിക്ക്വാണോ ബാപ്പാ?

സെയ്തുട്ടി: (അസ്വസ്ഥതയോടെ) ഞമ്മളു പിന്നെന്താ ബേണ്ടേ?

ബഷീർ: വേണ്ടതൊക്കെ ചെയ്തുകൊടുക്കു ന്നുണ്ടല്ലോ?

സെയ്തുട്ടി: (അസഹ്യമായി) ബശീറെ!?

ബഷീർ: അലറാതെ ബാപ്പാ!

സെയ്തൂട്ടി: ഇജ്ജ് പിന്നീപ്പറേണദോ?

ബഷീർ: ഇവിടെ നിങ്ങൾ നടത്തുന്ന കാര്യങ്ങൾ

സെയ്തൂട്ടി: എന്തു കാര്യങ്ങൾ?

ബഷീർ: പഴം പൊരിയിൽ വിഷം ചേർത്തു കുള്ളിക്കു കൊടുത്തത് ഞാനവളെ കെട്ടുമെന്നു കരുതിയോ അതോ ശേഷിക്കുന്ന അവരുടെ ഭൂമികൂടി കൈക്കലാക്കാനോ?

കാദർ: അദുഞമ്മക്കറിഞ്ഞൂടാ

ബഷീർ: സത്യം നിഷേധിച്ച മാത്രം കഴിയുന്ന നിങ്ങളോടു എന്തു പറയാനാ?

കാദർ: എന്തു സത്യാടാ അനക്കൊളള?

ബഷീർ: മുത്തങ്ങാ കാട്ടീന്നു വെടിവെച്ചെടുത്ത ആനക്കൊമ്പുമായി മൊയ്തുനെ പോലീസ് അറസ്റ്റു ചെയ്തത് ഇക്ക അറിയുമോ?

കാദർ: ഓൻ ആനെ ബെടിബെച്ചിട്ടാരിക്യം

ബഷീർ: ആ ആനയെ വെടി വെച്ചത് ഇക്ക ഈ തോക്കുകൊണ്ടിയാരുന്നില്ലെ?

കാദർ: (ഒന്നും അരിയാത്തതുപോലെ) ഞമ്മ'ളോ!?

ബഷീർ: എട്ടും പൊട്ടും തിരിയാത്തവരെക്കൊണ്ടു എല്ലാം ചെയ്യീച്ചിട്ടു കണ്ടുപിടിക്കേണ്ടവർ കണ്ടുപിടിക്കുമ്പോൾ കൈ മലർത്തുകയാണല്ലേ?

സെയ്തൂട്ടി: ഓനാണെങ്കി പോറസ്റ്റ് ആപ്പീസറമ്മാരു ഓനെ ബെളീല് ബിടുവാടാ പഹയാ?

ബഷീർ: (ആക്ഷേപസ്വരത്തിൽ) അതെങ്ങനെയാ? കുന്നും പുറത്തു സെയ്തൂട്ടി ഹാജീടെ മകനല്ലെ? അപ്പോൾ പിന്നെ

സെയ്തൂട്ടി: (സ്വയം അഭിമാനം നടിച്ച) ങാ. അങ്ങനെ

ശമ്മദീരു. ഞമ്മക്കു ഇന്നാട്ടില് ഒരു നെലേം ബെലേക്കെ ഒണ്ടെന്നു

ബഷീർ: ബാപ്പാ! പാവപ്പെട്ടവരെ പറ്റിച്ചുണ്ടാക്കിയ പണത്തിന്റെ വിലയെ എന്റെ ബാപ്പയുള്ളൂ ആ ബാപ്പ പാവപ്പെട്ടവന്റെ നെഞ്ചത്തു ചവുട്ടി നിന്നഹങ്കരിക്കുന്നതിനൊരതിരുണ്ട്. അതു മനസ്സിലാക്കണം.

സെയ്തുട്ടി: ഇല്ലെങ്കിൽ

ബഷീർ: അതിശക്തമായ ഒരു തിരിച്ചടിയെ നേരിടേണ്ടി വരും അന്ന് അതിനു നേതൃത്വം കൊടുക്കുന്നത് ബാപ്പയുടെ മകൻ ബഷീറായിരിക്കും.

കാദർ: (അവനെ അടിക്കാൻ അടുക്കുന്നു) ജ്ജെന്തു പറഞ്ഞെടാ ഹമുക്കെ!?

ബഷീർ: (നേരിടാൻ മുന്നോട്ട്) ങ് 'ഉം!?

സെയ്തുട്ടി: കാദറിനെ തടഞ്ഞുപിടിച്ചു!) ബശീറെ! ഇജ്ജ് പോ...

ബഷീർ: ഞാൻ പോകാം പക്ഷെ-

സെയ്തുട്ടി: ഇജ്ജ് പുഗാൻ.

ബഷീർ: മൊയ്തുനെപ്പോലെ പലപാവങ്ങളെയും നിയമത്തിന്റെ മുന്നിലേക്കെറിഞ്ഞുകൊടുത്തു കൊണ്ടു നിങ്ങൾ രക്ഷപ്പെട്ടിട്ടുണ്ട്. ഇനി ഇപ്പോൾ പാവം ചാത്തിയേയും നിങ്ങൾ ആനവേട്ടയ്ക്കു കൊണ്ടു നടക്കുകയാണല്ലേ?

കാദർ: ഞമ്ങ്ങളാണു ഓനെ നെല്ലും പണോം കൊടുത്തു മാങ്ങ്യേ.

ബഷീർ: അദ് ആനവേട്ടയ്ക്കും കള്ളത്തടി വെട്ടലിനും വേണ്ടി ആണല്ലേ?

കാദർ: ഇജ്ജ് ദിന് എന്തുശെയ്യാമ്പോണു?

ബഷീർ: കൂടുതൽ കാലം ഇതാവർത്തിക്കാമെന്നു കരുതണ്ട. ഇന്നല്ലെങ്കിൽ നാളെ മൊയ്യൻ കിടക്കുന്നിടത്തായിരിക്കും നിങ്ങൾക്കുള്ള സ്ഥാനം.

കാദർ: (അടിക്കാൻ അടുക്കുന്നു) അടാ... ! അന്ന ഞമ്മള്-

ബഷീർ: (മുന്നോട്ട് ആഞ്ഞ്) ങ്ഉം അടിക്ക്!

(അകലെ നിന്നും ഒരു കൊടുങ്കാറ്റുപോലെ കുരുന്തൻ ഓടിക്കടന്നു വരുന്നു)

കുരുന്തൻ: ബശീറിക്യാ... ബശീറിക്യാ... നമ്മ ചാത്തീന ആന ചവിട്ടിയാക്ക് ആച്ചൂത്രീക്ക് കൊണ്ടു പോയായ്.

ബഷീർ: (തിരിഞ്ഞ്) കുരുന്താ!?

കുരുന്തൻ: (പകയോടെ കാദറിനുനേരെ തിരിഞ്ഞു) ശ്യേട്ടാ... നിന്ന... നാനു-

കാദർ: കുരുന്തനു നേരെ അടുക്കുന്നു) അടാ! നായെ!! അന്ന ഞമ്മേള്.-

ബഷീർ: (തടഞ്ഞുകൊണ്ട്) കുരുന്താ!

സെയ്തുട്ടി: (ഇരുവരെയും ഇടയ്ക്കു കയറി തടസ്സം പിടിച്ചു നിൽക്കുന്നു) കുരുന്താ!! കാദറെ...

എല്ലാവരും അതേ നിലയിൽ നിശ്ചലരായി നിൽക്കുമ്പോൾ സംഭ്രമജനകമായ അന്തരീക്ഷത്തെ സാവധാനം ഇരുൾ വന്നു മൂടുന്നു.

രംഗം ആറ്

(ചാത്തിയുടെ വേദനാ നിർഭരമായ ഗാനത്തോടെ രംഗം പ്രാകാശിത മാകുന്നു. രംഗമദ്ധ്യത്തിൽ ചാത്തിയിരുന്നു തേങ്ങലോടെ പാടുന്നു.

പാട്ടുകേട്ടു പൈക്ക സാവധാനം കടന്നുവരുന്നു. ദയനീയമായി അവനെ നോക്കിനിൽക്കുന്നു. ചാത്തി എഴുന്നേൽക്കാൻ ശ്രമിക്കുന്നു. പൈക്ക ഓടിച്ചെന്നു പിടിച്ചു എഴുന്നേൽപിക്കുന്നു.

ചാത്തി: (എഴുന്നേൽക്കിന്നിടയിൽ) ഇപ്പം എന്ന മാനി ഒണ്ടാരുന്നാ.

പൈക്ക: (വേദനയോടെ) അവേക്കു അവാള നിനാക്കു ഞ്ഞീം കാണാ

ചാത്തി: (ഒരു വശം തളർന്ന് ഏന്തി ഏന്തി നടക്കുന്നു) ങേ? എന്ന മാനി ഏടെമാ... യേടപ്പോയായ് പൈക്കാ?

പൈക്ക: ഏക്കറിയാ.

എല്ലക്കൻ: (കടന്നുവരുന്നതിനിടയിൽ) ങേ? നീയു എനത്താക്കു കിരയ്ന്റായ്

പൈക്ക: (കണ്ണു തുടച്ചുകൊണ്ടു) ഒന്റും കാണി.

എല്ലക്ക: ഒന്റും കാണി? പിന്ന?

ചാത്തി: (കരഞ്ഞുകൊണ്ട്) കണ്ണത്തെ!

എല്ലുക്ക: ങാ?

ചാത്തി: എന്ന മാനി എടപ്പോയായ്?

എല്ലുക്കൻ: (കണ്ഠമിടറി) എന്ന മൊട്ടേത്തി... എന്ന മൊട്ടേത്തി ചത്ത്ു പോയായ് ചാത്തി.-

പൈക്ക: (കോപനാപാദികളോടെ) അപ്പേ! നീയു എനത്താങ്കു പറഞ്ചായ്?

ചാത്തി: (കരഞ്ഞുകൊണ്ട് ഒരു വശത്തേയ്ക്കേകു പോകുന്നു) എന്ന മാനീ!... നീയു യേട്'മ പോ്യായ്... ?

പൈക്ക: അവേ പറവാം പാട്ടുകാണി. നമ്മ മാനീന (പിന്നിലേക്കു ചൂണ്ടി.) ഊടെ ഇട്ടും കാഞ്ചാ ആ ശ്യേട്ടാ!? കൊന്റായ് (കരയുന്നു)

എല്ലുക്കൻ: യേദ് ശ്യേട്ടാ!യ ങേ!? അവാള്ള ബരുത്തം ബൻദ്ദ ചത്തതായ്.

പൈക്ക: അല്ലെന്നർത്ഥത്തിൽ തലയാട്ടി) കാണി. ഒരു ദിവച നമ്മ മാനീന ആശ്യേട്ട്യേ പുടിച്ച്യ ബലിചച്ച്യ കാപ്പിക്കാട്ടില് കൊണ്ടു പോയുളെ.

എല്ലുക്കൻ: (ആകാംക്ഷയോടെ) പൈക്കാ! നീയു ഇവേ നേരുപറാഞ്ചായ്?

പൈക്ക: (കരഞ്ഞു) എനാക്കു അവേ പറവാങ്കയു എനാക്കവേ പറവാങ്കയ്യ

എല്ലുക്കൻ: അവാള്ള ബരുത്തം ബൻദ്ദ ചത്തദല്ലേമാ... ങേ? അവാള്ള ബരുത്ത്ു ബന്റ്റ ചത്തതാ.. (കരഞ്ഞുകൊണ്ട് വെളിയിലേക്കു പോകുന്നു) എന്തിച്ച്യ നിനക്കാവേ പറവാങ്ങുടാ... ബോണ്ടാ... ബോണ്ടമാ... ബോണ്ടാ. (എല്ലുക്കൻ പോയി)

പൈക്ക: (എല്ലുക്കൻ പോകുന്നതു കണ്ണീരോടെ നോ

ക്കിനിന്ന് കുറ്റബോധത്തോടെ) അപ്പേ!!

എലുക്കൻ: (പോകുന്നതിനിടയിൽ നിഷേധാത്മക മായി കൈ കൊണ്ടു വിലക്കി) ബ്ബണ്ടാ.. (പോകുന്നു)

(പൈക്ക തേങ്ങലോടെ എലുക്കൻ പോകുന്നതു നോക്കി നിൽക്കുന്നു നിമിഷങ്ങൾക്കു ശേഷം കുടിലിനുള്ളിൽ നിന്നു കുള്ളി ചർദ്ദിച്ചു. കൊണ്ടു മുറ്റത്തു ഒരിടത്തേയ്ക്കു പോയി കുനിഞ്ഞിരുന്നു ഛർദ്ദിക്കുന്നു)

പൈക്ക: (പെട്ടെന്നു ഓടി അടുക്കുന്നു) കുള്ളിയായ് നിനാക്കു എനൈന്ആത്താ കുള്ളി!? (പുറം തടവിക്കൊണ്ടു!) ങേ?

കുള്ളി: (ഛർദ്ദിക്കുന്നതിനിടയിൽ) എനാക്കു അറി വാകാണി പൈക്കയുടെ കണ്ണുകളിലേക്കു തന്നെ നോക്കിക്കൊണ്ടു സാവധാനം എഴു ന്നേൽക്കുന്നു കണ്ണുകൾ നിറഞ്ഞൊഴുകുന്നു)

പൈക്ക: (കുള്ളിയുടെ കണ്ണീരു തുടച്ചു കൊണ്ടു) കുള്ളീ! നീയു എന്നെത്താങ്കു കിരായിന്റായ്?

കുള്ളി: (പൊട്ടിക്കരയുന്നു) പൈക്കാ... !

പൈക്ക: ങേ 'ഉം? എനാസ്ത്തുമാ? നിനാക്കെനൈന്ആ ത്താ? കുള്ളി!!

കുള്ളി: (കരഞ്ഞുകൊണ്ടു ആടി ആടി അകത്തേയ്ക്കു പോകുന്നതിനിടയിൽ) എനാക്കു പള്ളേലാ യ് പൈക്കാ... പള്ളേലായ്...

പൈക്ക: (കുള്ളിയെ നോക്കി ഇരു ചെവികളും പൊത്തി) കുള്ളീ... (പൈക്ക തകർന്നു തളർന്നു കരഞ്ഞുകൊണ്ടു നിൽക്കുന്നു

നിമിഷങ്ങൾക്കു ശേഷം ബഷീർ, മൊയ്യൻ, കുരുന്തൻ എന്നിവർ കടന്നുവ രുന്നു. പൈക്ക അവരെ കണ്ടു ഉടൻ അകത്തേയ്ക്കു പോകാൻ തുടങ്ങുന്നു)

മൊയ്യൻ: (നിരപരാധിയെപ്പോലെ) അടി പൈക്കാ! നിനാക്കു എന്നാട്ടു കെറുബോണ്ടാ.. നാനു കക്കുവാങ്കാണ്ടി (തിരിഞ്ഞ്) കുരുന്താ! നീയു

	ഒരീക്ക പറാഞ്ഞു കൊടുക്കവാ.
കുരുന്തൻ:	പൈക്കാ! നിനാക്കു ഇവനാടു കെറുവു ബോണ്ട. ഇവനാന്ന കക്കുവാങ്കാണി പൈക്കാ
ബഷീർ:	പൈക്കാ!
പൈക്ക:	(പൊട്ടിക്കരഞ്ഞുകൊണ്ടു അകത്തു പോകുന്നതിനിടയിൽ) ബശീറിക്യാ..! ഇദു ശെയ്യാനം ബോണ്ടിച്ചാ നീയുഊടെ ബന്താദ്!?
ബഷീർ:	(ഒന്നും മനസ്സിലാകാതെ) എന്താ പൈക്കാ? മൊയ്തുനെ പോലീസുകാരുടെ കയ്യിൽ നിന്നും രക്ഷിച്ചു കൊണ്ടു വന്നതിനാണോ?
സെയ്തുട്ടി:	(അകലെനിന്നു വരുന്നതിനിടയിൽ) അടാ! കള്ള ഹിമാറെ! ജ് ന്താടാ ഇക്കാണിശ്ശെ?
ബഷീർ:	ഞാനൊന്നും കാണിച്ചില്ലല്ലോ?
സെയ്തുട്ടി:	(കടന്നുവരുന്നതിനിടയിൽ) പിന്ന ഇവനെ ജയിലീന്നു എറക്ക്യദോ?
ബഷീർ:	ഞാനിറക്കിയതല്ല.
സെയ്തുട്ടി:	പിന്നെ?
ബഷീർ:	മൊയ്തുൻ നിപരാധി ആയതുകൊണ്ട് അവർ അവനെ വിട്ടയച്ചാതാണ്.
സെയ്തുട്ടി:	അദ് തീരുമാനിക്കേണ്ടത് ജ്ജ് ണോ?
ബഷീർ:	ബാപ്പയും ഞാനുമല്ല ബാപ്പാ! ആനക്കൊമ്പും ചന്ദനവും കാട്ടു തടിയും കടത്തുന്നത് ഈ നിൽക്കുന്ന പാവങ്ങൾക്ക് മാളിക പണിയുന്നതിനല്ല. അതിനു വേണ്ടി നിങ്ങൾ കൊടുക്കുന്ന നക്കാപിച്ചകൊണ്ട് നിങ്ങളും നിങ്ങളെപ്പോലുള്ളവരും ലക്ഷങ്ങൾ കുന്നു കൂട്ടുകയാണ്.

സെയ്തുട്ടി: ഇദൊക്കെ തെരക്കാൻ ഇജ്ജാരാ?

ബഷീർ: ഞാനാരുമല്ലായിരിക്കാം. പക്ഷെ ബാപ്പയു ടെ പുന്നാര മോനെകള്ളത്തോക്കും ചന്ദന മുട്ടിയുമായി ഇന്നലെ ബത്തേരി പോലീസു അറസ്റ്റ ചെയ്തിട്ടുണ്ട്. അതിനുശേഷമാണ ഞാനിവനെ ഇറക്കിക്കൊണ്ടു വന്നത്.

സെയ്തുട്ടി: (അടിക്കാൻ കൈ ഉയർത്തി അടുക്കുന്നു) അടാ! ഇജ്ജും'ദ്ദും ശെയ്ദാ?

ബഷീർ: (പ്രതിരോധത്തോടെ ശബ്ദമുയർത്തി) ബാപ്പാ!

സെയ്തുട്ടി: (ഉയർത്തിയ കൈയുമായി സ്തബ്ധനായി നിൽക്കുന്നു)

ബഷീർ: ആ കൈകൾ ആദ്യം ഉയരേണ്ടത് ഇവരെ മൃഗങ്ങളെപ്പോലെ ഉപയോഗപ്പെടുത്തി വനംകൊള്ള നടത്തുകയും, ആദിവാസി കളേയും ഫോറസ്റ്റ ഉദ്യോഗസ്ഥന്മാരെയും വകവരുത്തുന്ന ഇക്കയെപ്പോലുള്ളവർക്കു നോരെയാണ്. അതിനു ബാപ്പ തയ്യാറു ണ്ടോ?

സെയ്തുട്ടി: (അവനെത്തന്നെ നോക്കി കണ്ഠമിടറി) ങ്ങ'ളെല്ലാങ്കൂടി ഞമ്മളെയങ്ങോട്ടു കൊ ന്നോളിൻ (കണ്ണുകൾ നിറഞ്ഞൊഴുകുന്നു) ന്റ റബ്ബേ! ഞമ്മട ഖൽബിന്റെ ബേദന അറിയാതതുകൊണ്ട് ഈ ദുനിയാബില് ആരുല്ലല്ലോ... !

ബഷീർ: കുന്നുംപുറത്തു സെയ്തുട്ടി ഹാജിക്ക് പണ മില്ലെ? ഉദ്യോഗസ്ഥന്മാരില്ലേ?മറ്റെല്ലാ സ്വാധീനവുമില്ലേ? എന്നിട്ടെന്തേ?

സെയ്തുട്ടി: (കരഞ്ഞു) ബസീറെ! ഇജ്ജ് ഞമ്മള നശിപ്പി ക്കാനാ ഭാവം?

ബഷീർ: അല്ലേ. പാവപ്പെട്ടീ ആദിവാസികളെ

പട്ടിണിക്കിട്ടു കണ്ണീരു കുടിപ്പിക്കുന്നീ അനീതിയെയാണ് ഞാൻ നശിപ്പിക്കുന്നത്. അതിന് എനിക്കുള്ള ആയുധം ഇവരുടെ സംഘശക്തി മാത്രമാണ്.

സെയ്തൂട്ടി: (കണ്ണീരോടെ പോകാൻ തുടങ്ങുന്നു) ഇജ്ജ് ജയിച്ചെടാ... ഞമ്മള്... ഞമ്മള്... ഞമ്മള്... (പോകുന്നു)

ബഷീർ: ഇല്ല ബാപ്പാ! എന്റെ മാത്രമുള്ള ജയമല്ല എനിക്കു വേണ്ടത്. ഇവരടങ്ങുന്നവരുടെ ആകെയുള്ള ജയമാണ് എന്റെയും വിജയം. അതാണെന്റെ ലക്ഷ്യവും.

(സെയ്തൂട്ടി ഹാജി പോയി. വികാരസാന്ദ്രമായ നിമിഷങ്ങൾ ഇഴഞ്ഞു നീങ്ങുന്നു)

കുരന്തൻ: (അറച്ചറച്ച്) ബശീറിക്യാ!

ബഷീർ: ങ് ഉം! എന്താ?

കുരുന്തൻ: (തലകുനിച്ചു നിൽക്കുന്നു)

ബഷീർ: എന്താ കുരുന്താ? പറയൂ.

കുരുന്തൻ: ബല്ല്യ ശ്യേട്ടാ കിരാഞ്ച്ലാ-

ബഷീർ: വലിയ ശ്യേടട്ട്യ കരഞ്ഞാൽ? ബാപ്പയുടെ കണ്ണീരു കണ്ടിട്ടോ' അതേ അവരെ ഭയന്നിട്ടോ? എന്താ നീയിതു പറയുന്നത്?

കുരുന്ത: (മിണ്ടുന്നില്ല)

ബഷീർ: നീ എന്താ ഒന്നും മിണ്ടാത്ത്? കുരുന്താ! ആനക്കൊമ്പു പെട്ടിയിലാക്കി ഇവർ പറയുന്നിടത്തേയ്ക്കു കൊണ്ടുപോയത് മൊയ്തന്ന കാശുണ്ടാക്കാനായിരുന്നില്ല. ഇവർ പറയുമ്പോൾ കാട്ടുതടിയും ചന്ദനവും വെട്ടി വലിച്ചു കൊടുത്തതും നിങ്ങൾക്കു വേണ്ടി ആയിരുന്നില്ല. ആ വകയിലൊക്കെ കാശുണ്ടാക്കിയതും സമ്പാദിച്ചതും ഇക്കയും

ബാപ്പയുമാണെടോ. പിന്നെന്തിന്?-

മൊയ്തൻ: (ഭയത്തോടെ) കാദറ് ശ്യേട്ട്യോട് കെറുവ്വ ബോണ്ടാ.

ബഷീർ: മൊയ്തം! ഫോറസ്റ്റുകാരം പോലീസുംകൂടെ നിന്നെ കൊണ്ടുപോയി നായ്ക്കളെ തല്ലുന്നതു പോലെ തല്ലിയപ്പോൾ നിന്റെ കാദറുശ്യോട്ട്യാ ഇവിടെ സുഖമായി നടക്കുവായിരുന്നു. അയാൾക്കു നിന്നോടു ഒരു സ്നേഹവും തോന്നിയില്ല. പിന്നെന്തിനാ നിനക്ക് അയാളോടുള്ളീ സ്നേഹം?

മൊയ്തൻ: കാദറു ശ്യേട്ട്യാടു പുണങ്ങ്വാനു എങ്കാങ്കു പേടിയാന്റു

ബഷീർ: എന്തിന്?

മൊയ്തൻ: ശ്യേട്ട്യാക്ക് തോക്കുളെ.

ബഷീർ: മൊയ്താ! അയാടെ അയാടെ തൊക്കു കണ്ടു നീയൊന്നും പേടിക്കരുത്. അങ്ങനെ പേടിച്ചാൽ നിങ്ങൾക്കിവിടെ ജീവിക്കാൻ കഴിയില്ലെടാ. നിങ്ങടെ മാനി എങ്ങനെയാണ് ചത്തതെന്നറിയുമോ?

മൊയ്തൻ: ബെരുത്തം ബന്റു

ബഷീർ: അല്ലെടാ.

കുരുന്തൻ: പിന്ന?

ബഷീർ: മാനി മരിക്കുമ്പോൾ അവൾ ഗർഭിണി ആയിരുന്നു.

കുരുന്തൻ: ങേ? എന്താ ബശീറിക്യാ?

ബഷീർ: (ശബ്ദമുയർത്തി) അവൾക്കു പള്ളേലുണ്ടായിരുന്നെന്ന്.

കുരുന്തൻ:

മൊയ്തൻ: (ആശ്ചര്യം ആകാംക്ഷ) ബശീറിക്യാ!!?

ബഷീർ:	ഇത് കുരുന്താ. അതിന്റെ പേരിൽ ഇക്ക അവളെ കഴുത്തു ഞെരിച്ചു കൊല്ലുവായിരുന്നു.
കുരുന്തൻ:	(അസഹ്യത) ബശീറിക്യാ!?
ബഷീർ:	അവളുടെ ശവം മറവു ചെയ്യാൻ ബാപ്പ നിങ്ങൾക്കു പൈസ തന്നത് നിങ്ങളോടുള്ള സ്നേഹം കൊണ്ടല്ല. മാനിയെ ഗർഭിണിയായി കൊന്ന ഇക്കയുടെ മാനം രക്ഷിക്കാനും പോലീസും കേസും പരാതിയും ഒഴിവാക്കാനുമായിരുന്നെടാ.
കുരുന്തൻ:	ഇവേ നേരു താനെ ബശീറിക്യാ?
ബഷീർ:	സൈനബാത്തായും പൈക്കയും ഇതിന്റെ തുടക്കം മുതലെ അറിയുന്നവരാണ്.
ബഷീർ:	(കോ പ വാ ദി ക ളോ ടെ അ ക ത്തേ ക്കു നോക്കി) പൈക്കാ... ! അടി പൈക്കാ!! (തിരിഞ്ഞ്) എനിച്ച് ഇപ്പയാ ബശീറിക്യാ ഇവേ പറേന്റെ?
ബഷീർ:	ഇതിന്റെ മുഴുവൻ വിവരവും അറിയാൻ വേണ്ടി കാത്തിരുന്നതാണ്. എന്നിട്ടു സൈനബാത്താ അങ്ങ് എന്നോടിതു പറഞ്ഞതിനു ഇക്കാ അവരെ വല്ലാതെ ഉപദ്രവിച്ചു.
പൈക്ക:	(അത്യധികം ദുഃഖത്തോടെ സാവധാനം കടന്നുവരുന്നു)
കുരുന്തൻ:	പൈക്കാ! നമ്മ മാനി എങ്ങനെ ചത്തു?
പൈക്ക:	(വിങ്ങിപ്പൊട്ടി കരഞ്ഞു കൊണ്ടു) അവാളെ ഊട്ടുത്തെ കാദറുശ്യേട്ട്യാ കവുത്തി ഞെക്കി കൊന്റു കാഞ്ചാരു... ! (കരയുന്നു)
കുരുന്തൻ:	(ഭ്രാന്തമായി) പൈക്കാ! ഇവേ?
പൈക്ക:	കുരുന്താ! ഒരു ദിവച കാദറുശ്യേട്ട്യാ നമ്മ മാനീന പുടിച്ചു ബലിച്ചു കാപ്പിക്കാട്ടില്

കിടാത്തി കാഞ്ചാ-

മൊയ്യൻ: പൈക്കാ! നീയു ഇവെ നേരു പറഞ്ചായ്?

പൈക്ക: എനാക്കൊന്റും പറവാങ്കാണി.

ബഷീർ: പറയു പൈക്കാ. നീ മടിക്കാതെ മുഴുവൻ പറയണം.

പൈക്ക: (കരഞ്ഞു) അവാള്ള എയുന്നേച്ചാക്ക് മുണ്ടു മ്പോലും കാലുമ്പേലും നിറേച്ച ചോരെ.

കുരുന്തൻ: നീയു പറാഞ്ചദ്?

പൈക്ക: ചത്യം താനെ... ചത്യം താനെ... കുരുന്താ..! നീയു ചങ്ങാക്കൊന്റും പൊകാണ്ടാ

(കുള്ളി ഒരു പ്രതിമപോലെ സാവധാനം യാന്ത്രികമായി രംഗം മദ്ധ്യത്തിലെത്തുന്നു)

കുള്ളി: (പതിഞ്ഞ ശബ്ദത്തിൽ) ബശീറിക്യാ!

ബഷീർ: എന്താ കുള്ളീ? എന്തു പറ്റി?

കുള്ളി: (പൊട്ടിക്കരഞ്ഞു) ഏക്ക് പറവാങ്കയ്യ്യാ... ഏക്കവേ പറവ്ങ്കയ്യ്യാ ബശീറിക്യാ.

കുരുന്ത: നിനാക്ക് എനത്തായ്യ മൊട്ടാത്തി!?

ബഷീർ: (സൗമ്യമായി) എന്താ കുള്ളി? നിനക്കെന്തു പറ്റി?

കുള്ളി: ഏക്കദ് പറവാകുടാ ബശീറിക്യാ

(ആടി ആടി അകത്തേയ്ക്ക്)

കുരുന്ത: എൻ തായ്യ കുള്ളി? നീയു പറഞ്ഞമാ.

മൊയ്യൻ എൻ തായ്യാ പൈക്കാ? അവൾക്കിതെന്തു പറ്റി?

പൈക്ക: ബശീറിക്യാ... ! (കരയുന്നു)

കുരുന്ത: (ശാസനാരൂപത്തിൽ) പൈക്കാ!... നീയുപ റയ്യാ..?

പൈക്ക: എങ്കളത്തീം കൊന്റ് തരി ബശീക്യൊ.

ഒരീക്ക കൊന്റ്റ തരി.

ബഷീർ: (ശാസനാരൂപത്തിൽ) പൈക്കാ!? നീ എന്തൊക്കെയാ ഈ പറയുന്നത്? എന്താ പൈക്കാ?

കുരുന്തൻ: (അക്ഷമനായി അവളെ അടിക്കാൻ അടുക്കുന്നു) പൈക്കാ! നീ പറയാ... നിന്ന നാനു.-

പൈക്ക: (പൊട്ടിക്കരഞ്ഞു) കുരുന്താ! നമ്മ കുള്ളിക്ക്... നമ്മ കുള്ളിക്ക് പള്ളേലായി കുരുന്താ... പള്ളേലായ്.

(കരഞ്ഞുകൊണ്ടു അകത്തേയ്ക്കു ഓടുന്നു)

മൊയ്യൻ: (സംശയത്തോടെ ചോദ്യരൂപത്തിൽ) ബശീറിന്റെ കോളറടക്കം ഷർട്ടിന്റെ മാറു പിടിക്കുന്നു) ബശീറിക്യാ!

മൊയ്യൻ: (ശാസനാരൂപത്തിൽ) മൊയ്യന്റെ പിടിവിടീക്കാൻ ശ്രമിക്കുന്നു) മൊയ്യാ!!?

ബഷീർ: (നിസഹായതയിൽ നിന്നു പ്രതികാരത്തിലേക്കുള്ള ഭാവമാറ്റം) മൊയ്യാ!... ചതി... ! കൊലച്ചതി... ! ചതിയാണിത്!!!

വിവിധ വികാരങ്ങൾ ഏറ്റുമുട്ടുന്ന അന്തരീക്ഷത്തെ ഇരുൾ വന്നു വിഴുങ്ങുന്നു.

രംഗം ഏഴ്

(രംഗം വീണ്ടും പ്രകാശിതമാകുമ്പോൾ സൈനബ വെളിയിൽ നിന്നും അകത്തേയ്ക്കു പോകുന്നു.

സുകുമാരന്റെ ശബ്ദം- വിപ്ലവം... ! സായുധ വിപ്ലവം... ! അതു സാക്ഷാൽ കരിച്ചെങ്കിലേ പെട്ടെന്നു അകലെ നിന്നുകൊണ്ടു സൈനബായെകാ ണുന്നു വീടിനടുത്തേയ്ക്കു പെട്ടെന്നു വരുന്നു)

സുകുമാ: (ദയനീയ ശബ്ദത്തിൽ) സൈനബാ!

സൈന: (തിരിഞ്ഞു നിന്നു ഭയത്തോടെ നാലുവശ ത്തേയ്ക്കും നോക്കുന്നു) അൽദോ... ഇങ്ങോട്ടു ബരല്ലെ സുകു

സുകുമാര: (ദുഃഖത്തോടെ) ഒന്നു അടുത്തു വരാൻപോ ലും എനിക്ക് അവകാശമില്ലെ സൈനബാ?

സൈന: ഇനി അദു പാടില്ല സുകു ഞമ്മട കെട്ട്യോൻ ബന്നാ-

സുകു: (വേദനയോടെ) നിന്റെ കെട്ട്യോൻ വന്നാൽ? സൈനാ!

സൈന: സുകു! ഞീം ങ്ങളു ഞമ്മള അങ്ങനെ ബി ളിക്കല്ലാ ചെറുപ്പം മൊതല് ങ്ങളു ബിളിശ്ശാ ബിളി കേക്കുമ്പം ഇപ്പം ഞമ്മട ഖൽബീ ന്നൊരു കേറ്റാണു സുകു.

സുകുമാ: ഹൊ! ഹെന്റെ സൈനാ! എന്ത്ര മോഹത്തോടെയാണ് ഞാൻ നിന്നെ സ്നേഹിച്ചത്?

സൈന: ഈ നിക്കാഹ് ഞമ്മള ശമ്മദിച്ചില്ലാരുന്നെ അയ്യാള ങ്ങള മയ്യത്താക്യേനെ സുക.

സുകുമ: എന്നാ നിനക്കെങ്കിലും സുഖമായി ജീവിക്കാരുന്നില്ലേ?

സൈന: (കരഞ്ഞുകൊണ്ട്) ഹില്ല സുക. സുഹോന്നദ് ഞമ്മളീ ദുനിയാവിലിട്ട് അറിയാമ്പോണീല.

സുകുമാ: ഇല്ല സൈന. സുഹറാന മൊഴിചൊല്ലിയ പോലെ കാദറു നിന്നേം മൊഴിചൊല്ലും. അന്നെങ്കിലും നിന്നെ ഞാൻ-

സൈന: (അസഹ്യതയോടെ ഇരു ചെവിയും പൊത്തി) സുക!

സുകുമാ: ഞാൻ സ്വന്തമാക്കും

സൈന: (അകത്തേയ്ക്കു പോകുന്നു) സുക്കു!

(സുകുമാരൻ സൈനബ പോകുന്നതു നോക്കി നിൽക്കുമ്പോൾ പൈക്ക വെള്ള വസ്ത്രവും ധരിച്ച കുടിലിൽ നിന്നു ഇറങ്ങിവരുന്നു)

സുകുമാരൻ: (അതു കണ്ടു പെട്ടെന്നു വിഷയം മാറ്റാനായി ഓരോന്നു വിളിച്ചു പറയുന്നു) വിപ്ലവം! സായുധ വിപ്ലവംഅതാണ് ഇൻഡ്യൻ യുവജനതയുടെസ്വപ്നം (എല്യക്കൻ ഒന്നും മനസ്സിലാകാതെ രൂക്ഷമായി സൂക്ഷിച്ചു നോക്കുന്നു) അതു സാക്ഷാൽക്കരിച്ചെങ്കിലേ-

എല്യക്കൻ: (ഒട്ടും ഇഷ്ടപ്പെടാതെ നോക്കി നിൽക്കുന്നു.) എന്താ മൊരവാ!? (താഴ്ന്ന ശബ്ദത്തിൽ) ഒരു സായുധസമരമാണ നമ്മുടെ പാത. അതിൽ കുറഞ്ഞ ഒന്നുകൊണ്ടും ഇതൊന്നും നേരേ ആകാമ്പോണില്ല.

പൈക്ക: ഒക്കത്തിനായും പോലീസു പുടിച്ചളെ. എന്തിച്ചും പോരവാ?

സുകുമ: ഭരണവർഗ്ഗത്തിന്റെ മർദ്ദനോപകരണ മാണ് പോലീസും പട്ടാളം നീതിന്യായ കോടതി ഇവയെല്ലാം ഇതിനെയൊക്കെ അതിജീവിക്കണം എങ്കിലെ-

എല്യക്കൻ: (കോപത്തോടെ) പോത്തവാ ഊട്ടന്റ്! മൊട്ടേമ്മാരെ എമ്പാട്ടും തിലേബൊട്ടിപ്പാ ണും പുടിച്ച പറിപ്പാണും കൊണ്ടാടന്തിച്ച അവരെ മുയുമന്ത പോലീച്ച പുടിച്ചാക്ക് ഒരു മനച്ചനേം കാമ്മാങ്കാണി എന്തിച്ച ബന്റ്ളെ-

സുകുമാ: പോലീസു പിടിക്കും അടിക്കും എന്നാലെ ഇവിടെ-

എല്യക്ക: (കൈയിലെ വടി ഉയർത്തി അടിക്കാൻ അടുത്തുകൊണ്ടു) പൊവാന്റ് പറഞ്ചായ് പുന്ന-

സുകുമ: (ഒരു വിളറിയ മുഖത്തോട ഒഴിഞ്ഞുമാറുന്നു) ഹാ! ഇതെന്താ?

പൈക്ക: (ശാസനയോടെ) അപ്പേ?

എല്യക്ക: പുന്നായും ബണ്ണുളെ പോലീച്ചിനെ ബുളിച്ച ബരുത്ത്വാ?

സുകുമാ: ഹാ! ഒരു വിപ്ലവ ബോധമില്ലാത്ത വർഗ്ഗമാ ഞാമ്പോണു(പോകുന്നു)

എല്യക്കൻ: ങാ പോത്താ

(സാവധാനം നടന്നു കുടിലിന്റെ മുറ്റത്തുചെന്നിട്ട് അകത്തേയ്ക്കുനോക്കി) മൊട്ടത്തീ ചാത്തി ഊടെ ഏടേ ഉള നീയു ചാത്തീന ഒരീക്ക നോക്കാണം.

പൈക്ക: (കാദറിന്റെ വീട്ടുമുറ്റത്തു ചെന്നു അകത്തേ ക്കു നോക്കി) സൈനബാത്താ!

സൈന: (വീടിനുള്ളിൽ) ഓ... (വിളികേട്ടുകൊണ്ടു

ഇറങ്ങിവരുന്നു) എന്താ പൈക്കാ!?

പൈക്ക: എങ്കാളു പിരേബീന്റു ചത്ത മാരേന്റേം മാക്കാന്റേം കുപ്പിലേക്കു പോവിന്റായ് കുള്ളി ഊടെ തനിച്ചാ.

സൈന: അയിനെന്താ? ഞമ്മള് നോക്കിക്കോളാലാ.

(ചാത്തിയുടെ പാട്ടു അകലെ നിന്നു അടുത്തടുത്തു വരുന്നു. പൈക്ക വേദനയോടെ പാട്ടു കേൾക്കുന്നിടത്തേയ്ക്കു നോക്കി നിൽക്കുന്നു.

പാട്ടിനിടയിൽ കണ്ണീരോടെ ചാത്തി ഏന്തി ഏന്തി രംഗത്തേയ്ക്കു വരുന്നു എല്ലുക്കൻ ദുഃഖത്തോടെ അവനെ നോക്കിനിൽക്കുന്നു)

പൈക്ക: ചാത്തി!

എല്ലുക്ക: മൊട്ടാ! നീയു ഇയാംണെ കിരാഞ്ചു കിരാഞ്ചു-

ചാത്തി: (പൊട്ടിക്കരയുന്നു) എന്ന മാനി... എന്ന മാനീന ഒരീക്ക കാമ്മാനം ബോണ്ടിച്ച്

പൈക്ക: കാണി നിനാക്ക് അവാള ഞ്ഞീം കാമ്മാങ്കാണ്ടി.

എല്ലുക്കൻ: (ദുഃഖവും നിരാശയും) പണിക്കും ബോണ്ടി ബന്റുനീയു എനത്താങ്കു അവാള ചോയിക്കിന്റായ്?

ചാത്തി: എന്ന മാനീന?

എല്ലുക്ക: ങേ? അവാളു നിന്ന മാനിയാ? എവാളു എന്ന മൊട്ടത്തിയാ.

പൈക്ക: (ശാസനയോടെ) അപ്പേ?

എല്ലുക്കൻ: ങ് ഉം!!

ചാത്തി: (കരഞ്ഞുകൊണ്ട്) കണത്തെ! എന്ന മാനീന ഏക്കു തരീ.

എല്ലുക്കൻ: (കാര്യം മനസ്സിലാക്കി നിശബ്ദനായി കണ്ണീരോടെ അവനെ നോക്കി നിൽക്കു

ന്നു) മൊട്ടാ!.. നമ്മ മാനി... അവാള ചത്തു പോയാത്തവ ചത്തുപോയായ് ഇന്റ് ബൊള്ളിമാട്ടുപാടീലുനമ്മ മാരേന്റേയും മാക്കാന്റേയും കാക്കപ്പിലെ ആന്റ് നീയും ബാത്തവാ.

ചാത്തി: (ആകാംക്ഷയോടെ) ങേ!? കാക്കപ്പിലെ !!? എന്ന മാനീന കാക്കപ്പിലെ ആത്തവാ!?

പൈക്ക: (കണ്ണീരോടെ) കാണി മാരേന്റേയും മാക്കാന്റേയും കാക്കപ്പിലെ

എലുക്കൻ: മൊട്ടാ! നീയും ബാത്തവാ.

ചാത്തി: (കരഞ്ഞുകൊണ്ടു വശത്തേയ്ക്കു ഏന്തി ഏന്തി പോകുന്നു) കാണി. നാനു ബാരെ... കാക്കപ്പിലേക്കു നാനു ബാരെ

(എലുക്കനും പൈക്കയും ദുഃഖത്തോടെ ചാത്തിയെ നോക്കി നിന്നിട്ട് സാവധാനം പോകുന്നു. ശോക സാന്ദ്രമായ നിമിഷങ്ങൾ ഇഴഞ്ഞു നീങ്ങുന്നു. വീടിന്റെ പിന്നിൽ നിന്നും ചാത്തിയുടെ വേദനയോടെയുള്ള പാട്ടു കേൾക്കുന്നു. സൈനബ വേദനയോടെ പാട്ടുകേട്ടു നിൽക്കുന്നു. ബഷീർ സൈനബയെ നോക്കിക്കൊണ്ടു കടന്നുവന്നു നിൽക്കുന്നു. സൈനബ അറിയുന്നില്ല)

ബഷീർ: സൈനബാത്താ!

(ആ ശബ്ദം എല്ലാത്തിനും വിരാമമായി)

സൈന: (കരഞ്ഞുകൊണ്ട്) ഞമ്മക്കീടെ മട്ടുത്തു ബശീറെ മട്ടുത്തു.

ബഷീർ: എന്താ സൈനബാത്താ?

സൈന: ഞ്ഞീം ങളീടെ ബര്ല്ലെ ബശീറെ

ബഷീർ: അതെന്താ ?

സൈന: (കരഞ്ഞു) പടശ്ശോന ബിജാരിശ്ശ് ങളീടബരല്ലെ

ബഷീർ: കാര്യം എന്താണ്ടെന്ന് പറയൂ

സൈന: ങ്ങട ഇക്ക ജയിലീന്നി ബന്നപ്പം മൊതല് ഇങ്ങളെ മയ്യത്താക്കുന്നും പറഞ്ഞാ നടക്ക്വാ അയിനെടേല്യ കുള്ളീന്റെ കാര്യം കൂടായപ്പം-

ബഷീർ: സൈനബാത്താ ! ഇപ്പോഴും ഞാനവളെ ഏറെ ഇഷ്ടപ്പെടുന്നുണ്ട് പക്ഷെ-

സൈന: യെന്തരുത്താണ പച്ചെ? ങ്ങളിഞ്ഞീം എങ്ങനെ മനസേമ്മാരിന്റെ മൊകത്തു നോക്കുന്നാരിക്യം

ബഷീർ: : കുള്ളി ഗർഭിണി ആണന്നത് എനിക്കിപ്പോഴും വിശ്വസിക്കാൻ കഴിയുന്നില്ല

സൈന: അദെന്തേ?

ബഷീർ: ഞങ്ങൾ മാനസികമായി അടുപ്പത്തിലാണങ്കിലും ഞാനിന്നേവരെ മറ്റൊരു ഉദ്ദേശത്തോടെ അവളുടെ ശരീരത്തു തൊട്ടിട്ടില്ല.

സൈന: എല്ലാ ആണുങ്ങളും പറേണദു പോലങ്ങ്ളും പറന്നൊായിയല്ലെ ബശീറെ

ബഷീർ: എല്ലാവരും ചേർന്നെന്നെ കരുതിക്കൂട്ടി തകർക്കാനുള്ള ശ്രമമാണല്ലേ?

(കുള്ളി തേങ്ങിക്കരഞ്ഞു കൊണ്ടു കുടിലിൽ നിന്നും ഇറങ്ങി വരുന്നു)

ബഷീർ: (അടുക്കുന്നു) നീ എന്തിനാ കുള്ളി കരയുന്നത്?

കുള്ളി: (കരഞ്ഞു) കാദറുശ്യേട്ട്യാ കാദറുശ്യേട്ട്യാ ജയിലീന്നു ബന്നുളെ

ബഷീർ: അതറിഞ്ഞു കൊണ്ടുതരാന്ന് ഞാനിങ്ങോട്ടു വന്നത്.

കുള്ളി: അവാന ബശീറിക്യാന കൊന്റ്കാവും.

ബഷീർ: കൊല്ലട്ടെ,

കുള്ളി: (അസഹ്യതയോടെ കരയുന്നു) ബശീറി

ക്യാ... അയാണെ പറവപാട്ട കാണി. എന്ന ബശീറിക്കാന ആരും കൊല്ലാണ്ടവാ.

ബഷീർ: കുള്ളീ! നിനക്കു ഇപ്പോഴും എന്നെക്കുറിച്ചാണു ചിന്ത അല്ലെ? എല്ലാവരും ചേർന്നു എന്നെ ചീത്തയാക്കാനും നശിപ്പിക്കാനും ശ്രമിക്കുമ്പോഴും നീ-

കുള്ളി: നാനു ചീത്ത ആന്റ്.. അവാനു എന്ന കൊല്ലേട്ടവാ..

ബഷീർ: നീ എന്തൊക്കെയാണീപ്പറയുന്നത്?

കുള്ളി: (പൊട്ടിക്കരഞ്ഞു അസഹ്യതയോടെ) ബശീറിക്യാ നാനു ബുറാകിക്കു പോയാക്ക് പോറച്ചഗാഡമ്മാരു എന്നാ പുടിച്ചു അക്കറമോക്കെ ചെയ്യകാഞ്ചാരു ബശീറിക്യാ... (കരയുന്നു)

ബഷീർ: എന്നിട്ട്?

സൈന: അന്നിട്ടിപ്പയാ ഇജ്ജ് ദ്ദ പറേണെ?

കുള്ളി: (കരഞ്ഞുകൊണ്ട്) എനാക്കൊന്റും പറവാകയ്യാ.

ബഷീർ: കുള്ളീ!?

കുള്ളി: ബോണ്ട ബശീറിക്യാ നാനു ചീത്തയാന്റ് ബോണ്ട ബശീറിക്യാ... നാനു ചീത്തെ (കരഞ്ഞുകൊണ്ടു തിരിഞ്ഞു തിരിഞ്ഞു വിലക്കി വിങ്ങി വിങ്ങി അവൾ അകത്തേയ്ക്കുപോയി)

സൈന: എന്നിട്ടിങ്ങട ഇക്കാ പറഞ്ഞു നടക്കണദ് ങ്ങളാണിദിന്റാളെന്നാ.

ബഷീർ: ഇക്കയെപ്പോലുള്ളവർക്കു എനിക്കെതിരെ ഉപയോഗിക്കാൻ കിട്ടിയൊരായുധമാണല്ലോ ഇത്!?

സൈന: എന്നിട്ടും ങ്ങ്ളേം മൊയ്യനേം മയ്യത്താക്കുന്നും പറഞ്ഞു നടക്കുന്നെ

ബഷീർ: അതിലൊന്നും എനിക്കുഭയമില്ല സൈന ബാത്താ.

സൈന: (ഭയന്ന്) അൽദോ! ഞമ്മക്കു ഭയോണു ബഷീറെ! അദ്ദൂണ്ടാങ്ങളീട ബരല്ലേന്നു പറേന്നെ.

ബഷീർ: സൈനബാത്താ ഞാനിവിടെ മാത്രമല്ല ഇവിടുള്ള എല്ലാ പണിയപ്പാടികളിലും പോകുന്നു. അവരെ അക്ഷരം പഠിപ്പിക്കുന്നു. അവർക്കു വേണ്ടുന്ന കാര്യങ്ങൾ അപേക്ഷിക്കുന്നുണ്ട് അതിൽ ഇവിടെ മാത്രം വരരുതെന്നു പറഞ്ഞാൽ അതു സാദ്ധ്യമല്ല.

(കുരുന്തൻ കടന്നുവരുന്നു. കൈയിൽ ഒരു വലിയ ചുറ്റികയും ഒന്നുരണ്ടു കമ്പിക്കഷ്ണങ്ങളുമുണ്ട് സൈനബാത്ത അകത്തേയ്ക്കു പോകുന്നു)

കുരുന്തൻ: ബശീറിക്യാ!

ബഷീർ: ങാ! ഇതെന്തിനാകുരുന്താ ഈ കമ്പീം ചുറ്റികേം?

കുരുന്തൻ: പൊരപ്പണിക്ക് കമ്പി മുറിപ്പനുള്ളതാ.

ബഷീർ: ഇതിങ്ങനെ കൂടെക്കൊണ്ടു നടക്കണോ?

കുരുന്തൻ: നാളേക്ക് ബേറെ ചലത്താന്റ് പണി. ആടേക്കു കൊണ്ടുപോകാനാ. (കുടിലിൽ വാതിലിന്റെ അകത്തു കൊണ്ടു ഇട്ടിട്ട് തിരിച്ചുവരുന്നു.) ബശീറിക്യാനോട് ഒരീക്ക പറവാനുണ്ട്

ബഷീർ: ങ് ഉം! എന്താത്?

കുരുന്ത: മൊയ്യനറിയണ്ടാ ബശീറിക്യാ

ബഷീർ: അതൊന്നും സാരമില്ല കുരുന്താ എനിക്കതിലൊന്നും വിഷമമില്ല. ഏതായാലും ഇതിനുത്തര വാദികളായവർക്കു ഇനി കൂടുതലു നാളു ഇതു തുടരാൻ നമുക്കനുവദിച്ചു കൂടാ.

കുരുന്ത: അവേക്കു നാനു എന്തുബോണാന്റ് പറാഞ്ച് ലമദി.

ബഷീർ: അതിനു ഞാൻ തനിച്ചൊരു മറുപടി പറയു ന്നില്ല. നീ പോയി കുഞ്ഞനേയും വേരനേ യും കൂട്ടിവാ. നമുക്കു ആലോചിച്ചു വേണ്ടതു ചെയ്യാം.

കുരുന്ത: ശരി ബശീറിക്യാ. നാങ്കളും ഉടനെ ബരാം.

(എതിർദിശയിലേക്കു പോകുന്നു)

ബഷീർ: (കുരുന്തൻ പോയ ദിക്കിലേക്കു നോക്കി) കുരുന്താ നിങ്ങളാ വെള്ളീയുടെ പാടിയിലേ ക്കു വന്നാൽമതി.

കുരുന്ത: (അകലെ) ശരി താനാ ബശീറിക്യാ.

(ബശീർ വന്നവഴിയെ തിരിച്ചുപോകാന് തുടങ്ങുന്നു. എതിരെ കാദർ കടന്നുവരുന്നു. ബഷീറിനെ സൂക്ഷിച്ചു നോക്കിനിൽക്കുന്നു. ബഷീർ നിസാരഭാവത്തിൽ നടന്നകലുവന്നു.)

കാദർ: അനക്ക് മതിയായയാ?

ബഷീർ: എന്ത്?

കാദർ: ഒന്നും അറിയില്ലല്ലെജ്ജ് ബിജാരിശ്ശു ഞമ്മള് എപ്പളും ജയിലിൽ തന്നെ കെടക്കുവെന്നു ല്ലെ?.

ബഷീർ: (കടന്നുവരുന്നതിനിടയിൽ) ഏയ് ഒരിക്ക ലുമില്ല കുന്നുംപുറത്ത് സെയ്തുട്ടി ഹാജിയുടെ പണത്തിന് ഐ ജിയെബരെ ബെലക്കെ ടുക്കാൻ കഴിയും. പിന്നാണോ?

കാദർ: ഇജ്ജ് പിന്നാരിന്റ മോനാ?

ബഷീർ: ഞാനും ബാപ്പായുടെ മോനാണെന്നു പറ ഞ്ഞിട്ടെന്തു കാര്യം?

കാദർ: അതെന്താ?

ബഷീർ: എന്തിനും ഏതിനും ബാപ്പാ കൂട്ടുനിൽക്കുന്ന

ത് ഇക്കക്കു വേണ്ടിയല്ലേ?

കാദർ: ങാ. അദേ ഞമ്മള് മൊതലുണ്ടക്കാവുന്നോനാ. അല്ലാണ്ടു അന്നെപ്പോലെ നസിപ്പിക്കുന്നോനല്ല.

ബഷീർ: പാവപ്പെട്ട ഈ ആദിവാസികളെ പറ്റിച്ചും പിടിച്ചും പറച്ചു മുതലുണ്ടാക്കാനാ എന്നെക്കിട്ടില്ല.

കാദർ: ഇജ്ജ് ഇദ്ദും പറഞ്ഞോണ്ടിരുന്നോ ഇവിടെ ഹിന്ദുക്കളും ചേട്ടന്മാരും എന്തോരാ സമ്പാദിക്കുന്നെ?

ബഷീർ: ഓഹോ അകാര്യത്തിലും ജാതിയുടേയും മതത്തിന്റെയും പേരിൽ മത്സരമാണല്ലേ?

കാദർ: ഏതു കാര്യത്തിൽ?

ബഷീർ: മനസ്സിലായില്ലെ? ആദിവാസികളുടെ മൊതലു പിടിച്ചു പറിക്കുന്നതിലും കാട്ടുതടിയും ആനക്കൊമ്പും കട്ടെടുത്തു കാശാക്കുന്നതിലും-

കാദർ: (കോപത്തോടെ) ബശീറെ! ഇജ്ജ് പറഞ്ഞു പറഞ്ഞു ബല്ലാണ്ടദിരു കടക്കുന്നൊണ്ടേട്ടോ?

ബഷീർ: അതിരു കടക്കുന്നതൊക്കെ എന്റെ പറച്ചിലില്ല നിങ്ങളുടെയൊക്കെ പ്രവർത്തികളിലാണ് .

കാദർ: അദിന് ജ്ജെന്താപ്പ ചെയ്യാമ്പോണെ?

ബഷീർ: അതു അനുഭവിച്ചറിഞ്ഞാ മതി.

കാദർ: ഞമ്മള പോലീസിലാക്കിച്ച് മൊയ്യനെ ഇജ്ജ് രച്ചിച്ചെന്നുവെച്ച ബല്ലാണ്ടഹങ്കരിക്കണ്ടാട്ടോ?

ബഷീർ: എനിക്കതിലഹങ്കാരമല്ല അഭിമാനമേയുള്ളൂ.

കാദർ: (കോപത്തോടെ കാർക്കിച്ച തുപ്പി) ഫാ! അന്റെ ഒരഭിമാനം!! അന്നേം ഓനേം ഞമ്മളീ പൂമീല് ബെച്ചേക്കേലെടാ. (കോപത്തോടെ അകത്തേയ്ക്ക് കയറിപ്പോകുന്നു.)

ബഷീർ: (നിസാരമാക്കി) ഓ അത് കണ്ടോളാം (നിമിഷങ്ങളോളം അകത്തേയ്ക്ക നോക്കിനിന്നിട്ട് വെളിയിലേക്കു പോകുന്നു. നിമിഷങ്ങൾ ശേഷം സൈനബായുടേയും കാദറിന്റേയും കലമ്പലുകൾ)

സൈന: (അകത്ത്) ന്നൽദേ... ! ങ്ങളിദ് എന്തിനും മേണ്ട്യാണീപ്പോണത്?

കാദർ: (അകത്ത്) ഇജ്ജ് ബിട് ഞമ്മള ബിട്... ബിടാന്...

സൈന: ല്ലാ... ഞമ്മള് ബിടില്ല...

കാദർ: ഇജ്ജ് ഞമ്മള ബിടാനു...

സൈന: ങ്ങള് ഞമ്മള ബേണേല് കൊന്നോളിൻ ന്നാലും ഞമ്മള് ബിടില്ലാ...

കാദർ: അടി ഞമ്മട കാലന്നു ബിടാൻ...

സൈന: ഹില്ല ബിടില്ല

കാദർ: ഞമ്മളീപ്പ ബീയും ഞമ്മട് കാലേന്ന് ബിടാന്.

സൈന: (കരഞ്ഞുകൊണ്ട്) ബിടില്ലാ ബിടില്ലാ ബിടില്ലാ

കാദർ: (അലറിക്കൊണ്ട്) ബിടടി നായിന്റെ മോളേ

സൈന: (തെറിച്ച വീഴുന്ന ശബ്ദത്തോടെ കരയുന്നു) ന്റ ള്ളോ... ഞമ്മക്കു ബയ്യായെ... ന്നൽദോ... ഞമ്മക്കു ബയ്യേ (കരച്ചിൽ തുടരുന്നു കാദർ ഒരു നാടൻ തോക്കുമായി മുറിയിൽ നിന്നും ഇറങ്ങി വെളിച്ചത്തിലേക്കു ഓടുന്നു. സൈനബയുടെ നിലവിളി തുടരുന്നു.

ആലിപ്പറന്ന തലമുടിയും മുഷിഞ്ഞുടഞ്ഞ ഉടു വസ്ത്രവുമായി കുള്ളി വാതിലിൽ വന്നു നിൽക്കുന്നു. നിമിഷങ്ങൾക്കു ശേഷം അകലെ ഒരു വെടിപൊട്ടുന്ന ശബ്ദം. ഒപ്പം അലർച്ചയും കേൾക്കുന്നു)

സൈന: (അകത്ത്) കുള്ളീ... അടി കുള്ളീ... ഞമ്മട ബശീറിനെ അയാളു മയ്യത്താക്യെടി കുള്ളീ... (വീണ്ടും അലർച്ച)

കുള്ളി: ബശീറിക്യാ... !! നിലവിളിയോടെ കുടിലിനകത്തുനിന്നും അരിവാളുമെടുത്തുകൊണ്ട് ഒരു സംഹാര രുദ്രയെപ്പോലെശബ്ദം കേട്ടിടത്തേയ്ക്ക് ഓടുന്നു. ആളുകളുടെ ബഹളവും കുള്ളിയുടേയും മൊയ്യന്റേയും നിലവിളിയും.)

മൊയ്യൻ: കുള്ളീ... ! കുള്ളീ... നീ പാഞ്ചു ബിട്ത്തമാ... നിന്നായും അവേൻ കൊന്റു കാവും... കുള്ളീ... (തുടർന്നുകൊണ്ടിരിക്കുന്നു)

കുള്ളി: (അലറുന്നു) മൊയ്യാ... നിന്ന... മൊയ്യാ... നീ... പോ... (നിമിഷങ്ങൾ ബഹളത്തോടെ നീങ്ങുമ്പോൾ കുള്ളിയുടെ അലർച്ച) അടാ നിന്ന നാനു... (വീണ്ടും വെടിപൊട്ടുന്നു കുള്ളിയുടെ വേദനയോടുള്ള നിലവിളിയോടെ നിമിഷങ്ങൾ കടന്നു പോകുന്നു. .

നിമിഷങ്ങൾക്കുശേഷം വസ്ത്രങ്ങളിലൊക്കെ രക്തം പുരണ്ട് ഒരു കൈയിൽ രക്തം പുരണ്ട കൊയ്ത്തരിവാളും മറു കൈ വയറിൽ രക്തത്തോടെ താങ്ങിപ്പിടിച്ച അത്യധികം അവശതയോടെ ആടിയാടി കുള്ളി കുടിലിന്റെ മുറ്റത്തുടെ കാദറിന്റെ വീടിനെ ലക്ഷ്യം വെച്ച കടന്നുവരുന്നു)

കുള്ളി: (കടന്നുവരുന്നതിനിടയിൽ) ആ... ആ... നാനിപ്പ ചാകുവേ... ആ... ആ... സൈനബാത്താ... ! സൈനബാത്താ... !! (നിലത്തു വീണുകിടക്കുന്നു) സൈനബാത്താ... ! എനാക്ക്... എനാക്കോ ബോള്ളം തര്യോ... സൈനബാത്താ... ബൊള്ളം...

സൈന: (അകത്തു പൊട്ടിക്കരഞ്ഞു കൊണ്ടു!) കുള്ളീ! അൽദോ!! ഞമ്മക്കു എണീറ്റുകൂടാ കുള്ളീ

ഞമ്മള അയാളുതൊയിച്ചിട്ടിരിക്ക്വാ കുള്ളീ. അൽദോ... കരച്ചിൽ തുടരുന്നു)

പൈക്ക: (ഓടിക്കിതച്ച് കടന്നുവരുന്നതിനിടയിൽ) ആടി കുള്ളിയായ്... നിനാക്കി വേം എന്നെ ആത്താ കുള്ളി!? (നിലത്തിരുന്ന താങ്ങി എഴുന്നേൽപിക്കാൻ ശ്രമിക്കുന്നു).

കുള്ളി: (പൈക്ക പിടിക്കുന്നതിനിടയിൽ) പൈക്കാ... അടി പൈക്കാ... കാ... ദറ. ശ്യേട്ട്യാ... ബൊടി... ബൊടിബൊച്ച് കാഞ്ചാ പൈക്കാ

പൈക്ക: (പൊട്ടിക്കരയുന്നു) എന്ന കുള്ളീ... നിന്ന എനത്താങ്കു അവാനു ബൊടിബൊച്ചായ്!? എന്ന പടച്ചതമ്പിരാ..! നാനു എന്നത്താ ക്കെചെയ്യോ... !?

കുള്ളി: പൈക്കാ... ! നീയു ഉടെ നിക്കാണ്ടമാ... നീയു പാഞ്ചുബുടത്തമാ... ആ ശ്യേട്ട്യാ ഇഞ്ഞീം ബരുവേ നിന്നായും അവേൻ കൊന്റ്കാവും നീയും പാഞ്ചു ബുടത്തമാ...

പൈക്ക: (കുള്ളിയുടെ തലപിടിച്ച് മടിയിൽ വെച്ച് കരയുന്നു) എന്ന കുള്ളീ... !

കുറുന്തൻ: (ഓടിക്കടന്നു വന്നു അവരോടടുക്കുന്നു) പൈക്കാ ഇവേ എന്നായ്ത്തുമാ!?

പൈക്കാ: (പൊട്ടിക്കരയുന്നു) കുറുന്താ!

കുള്ളി: കുറുന്താ... ! എനാക്കു ബയ്യായേ...

കുറുന്തൻ: (ഇരുവരേയും മാറിമാറി സമീപിക്കുന്നു അവർ ചുറ്റും നോക്കി) കുള്ളീ!? ഇവൈ എനായ്ത്തുമാ... ഇവൈ എനായ്ത്തായ് പൈക്കാ!! കുള്ളീ ! നിനാക്ക് ഇവേ-

കുറുന്ത: ങേ? കുള്ളി!?

കുള്ളി: പൈക്കാ... കുറുന്താ... നമ്മ... നമ്മ മൊയ്യ

നേയും... ആ ശ്യേട്ടേ ബൊടിബൊച്ച കുഞ്ച്യ...

കുരുന്ത: (അലറിക്കരഞ്ഞു പോകാനൊരുങ്ങുന്നു) മൊയ്യാ... ! നിനാക്കു എന്നൈആത്തട?

കുള്ളി: നാനിപ്പം ചാകും പൈക്കാ... എനാക്ക് ഓമി കുടിപ്പാം ബോണം എനാക്കു കുടിപ്പാ.

പൈക്ക: കുരുന്താ... ! നമ്മ കുള്ളി ഇപ്പ ചാകുവേ... ഓമി ബൊള്ളം കൊണ്ടു ബരി കുരുന്താ...

കുരുന്തൻ: (വെളിയിലേക്കു പോകാൻ തുടങ്ങിയ കുരുന്തൻ കുടിലനകത്തേയ്ക്കു ഓടുന്നു)

കുള്ളി: എനാക്കു ഓമി കുടിപ്പാം ബോണം... എനാക്ക്... ങാ...

പൈക്ക: നീയു എനത്താങ്കു അങ്കേക്കു പഞ്ചായ് കുള്ളീ?

കുള്ളി: ങാ... ങാ... നമ്മബശീറിക്യാന... ങാ... ആ ശ്യേട്ട്യാ... ങാ... ങാ... (അവളുടെ ശബ്ദം താഴുന്നു നിശ്ചലമാകുന്നു)

പൈക്ക: (പൊട്ടിക്കരയുന്നു) കുള്ളി (കുലുക്കി വിളിക്കുന്നു) കുള്ളി ! കുള്ളീ... (ഉച്ചത്തിൽ) കുള്ളീ... ! നീയും പോയാമാ... എങ്കാള ഇട്ടും കാഞ്ച്യ... !?

കുരുന്തൻ: (വെള്ളവുമായി കടന്നുവരുന്നു)

പൈക്ക: കുരുന്താ! നമ്മ കുള്ളീ മൊയ്യനും പോയായ് കുരുന്താ... !

കുരുന്തൻ: ഇരു കൈവെള്ളയിൽ കൊണ്ടുവന്ന വെള്ളവുമായി യാന്ത്രികമായി അടുത്തു നിൽക്കുമ്പോൾ വെള്ളപാത്രം നിലത്തുവീഴുന്നു. അവൻ പൊട്ടിക്കരയുന്നു) കുള്ളീ... ! എന്ന കുള്ളീ... ! നീയും എങ്കാള ഇട്ടു കാഞ്ച്യ പോയത്തമാ... !! (തേങ്ങിക്കരയുന്നതിനിടയിൽ ആലോചിച്ചുറച്ച ഒരു

തീരുമാനത്തിൽ) കാണി ഇഞ്ഞീം ഇവേ ഊടെ പാട്ട കാണി... (അകത്തേയ്ക്ക ഓടി ച്ചറ്റികയും എടുത്തു ആവേശത്തോടെ വെളി യിലേക്കു ഓടുന്നതിനിടയിൽ) അവനായും നാന്ന കൊല്ലമേ...

പൈക്ക: (കരഞ്ഞു കരഞ്ഞു ഒരു സംഹാര രുദ്രയെ പ്പോലെയാകുന്നു) കുരുന്താ നാന്ന ബന്റ്... (നിന്നിടത്തുനിന്നു ച്ചറ്റം തെരഞ്ഞ് രക്തം പുരണ്ട കൊയ്ത്തരിവാളും കൈയിലെടുത്തു) നമ്മ മൊയ്യനായും കുള്ളിയായും കൊന്റ് പോലെ അവാനായും കൊല്ലാണം നടെ (നടക്കുന്നു)

എലുക്കൻ: (കരഞ്ഞുകൊണ്ടു കൊടുങ്കാറ്റുപോലെ കടന്നുവരുന്നു) എന്ന പഗവാ! ഇവെ എന്നത്താനെ താനീ കാണിന്റേ... എന്ന മൊട്ടത്തിക്കിവേ എനൈ ആത്താ പൈക്കാ എന്ന മൊട്ടനായും മൊട്ടത്തി യായും കൊന്റ് കാഞ്ചാര്രു... (കരച്ചിൽ) പിരവീന്റ് ചത്തവരാ കാക്കപ്പിലേക്ക് പോയ്ച്ച ബന്റാക്ക് നാന്ന എന്നത്താനെ ഈ കാണിന്റൊ?

ബഷീർ: (ആവേശത്തോടെ കടന്നുവരുന്നു ഇട്ടി രിക്കുന്ന വസ്ത്രങ്ങളിൽ രക്തം നെറ്റിയിൽ ഒരു മുറിപ്പാട് രക്തം ഒലിച്ച കൊണ്ടിരിക്കു ന്നു) മൊരവാ! ഈ ദുഷ്ടന്മാരിങ്ങനെ അങ്ങോടാണ്ടു ആദിവാസികളെയൊക്കെ കൊന്നൊടുക്കും. അവരുടെയൊക്കെ കാ ക്കപ്പുലയും അടിയന്തിരവും കൂടി നടക്കാതെ ഇതിനെതിരെ ഒരുനല്ല ജീവിതത്തിനുള്ള വഴി മൊരവനിവർക്കു പറഞ്ഞുകൊടുക്കുക യാണു വേണ്ടത്.

കുരുന്തൻ: (ആവേശവും ദുഃഖവും കലർന്ന കോപത്തോ ടെ) അവേക്കിണീം നാങ്കു എന്നത്താണെ

ബോണാന്റ് പറത്തവാ!

പൈക്ക: (ദുഃഖവും ആവേശവും) നാങ്ക എന്നത്താനെ ബോണം ബശീറിക്യാ... !

കുരുന്തൻ: എന്നത്താനെ ബോണം ബശീറിക്യാ!?

ബഷീർ: നിങ്ങളാദിവാസികളാകെ ഒത്തുചേരണം. എന്നിട്ടീ ആക്രമത്തേയും അനീതിയേയും ആത്മാർത്ഥമായി എതിർക്കുന്നവരോടൊപ്പം നിന്നു ഇതിനെതിരെ പോരാടണം. അതിനു തയ്യാറുണ്ടോ?

കുരുന്തൻ:

പൈക്ക: നാങ്കളതാവും ബശീറിക്യാ!!

എല്ലുക്കൻ: കുള്ളിയുടെ അടുത്തു തലയ്ക്കു കൈകൊടുത്തിരുന്നിടത്തു നിന്നും ആവേശത്തോടെ എഴുന്നേറ്റ് കുരുന്തനോടടുത്ത്) എങ്കില് പിന്നീ ചോര തൊട്ടു ചത്യം ചെയ്തു പറഞ്ഞവം... പറ (മൊട്ടേത്തി ആവേശത്തോടെ അവർക്കിടയിൽ ഓടിനടക്കുന്നു)

പൈക്ക: (കരഞ്ഞുകൊണ്ടു കുള്ളിയുടെ രക്തം തൊട്ടു) എങ്കാള കൊന്റൊട്ടുക്കുമീ വർക്കത്തെ എങ്കാളു ഊടെ ഇല്ലാണ്ടാക്കും. ഇവേ ചത്യം... ചത്യം... ചത്യം.

എല്ലുക്കൻ (ആവേശത്തോടെ കുരുന്തന്റേയും പൈക്കയുടേയും കൈകളിലെ ആയുധങ്ങൾ ഉയർത്തി പിടിച്ചുകൊണ്ട്) ഇവേ പിടിച്ചു പറത്തമാ... ഇവേ പിടിച്ചു പറഞ്ഞവാ- എങ്കാളു കൊല്ലുമീ വർക്കത്തെ എങ്കാളു ഒന്റിനിന്തിച്ചു തോപ്പിക്കും ഇവേ ചത്യം... ചത്യം... ചത്യം... (എല്ലാവരും അതേറ്റു പറയുന്നു)

ബഷീർ: കുരുന്താ! മൊരവാ... നിങ്ങളുടെ ഒത്തുചേരൽ മാത്രമാണ് നിങ്ങൾക്കുള്ള രക്ഷ. പണി എടുക്കുന്നവരുടെ ആകെ ഒത്തുചേരൽ അതാണു നമ്മുടെ ഏറ്റവും കരുത്തുറ്റ ആയുധവും. കരുത്തും (മുഷ്ടി ചുരുട്ടി അവരോ

ടൊപ്പം നിൽക്കുമ്പോൾ അന്തരീക്ഷത്തിൽ
ഉയരുന്ന ആഹ്വാനഗാനം: -

അങ്കംകുറിക്കുക മാനവരെ മോചന
രംഗംമൊരുക്കുവാനായിവിടെ
ചങ്കിലെ ചോര ചൊരിഞ്ഞു പോലും ഒരു
ചെങ്കതിർ ശോഭതൻ ലോകം നേടാൻ

ആഹ്വാന ഗാനം അവസാനിക്കുന്നതോടൊപ്പം ആ നിശ്ചല ദൃശ്യം ഇരുളിലാകുന്നു

അങ്കം കുറിയ്ക്കുക മാനവരെ - മോചന
രംഗമൊരുക്കുവാനായിവിടെ
ചങ്കിലെ ചോര ചൊരിഞ്ഞുപോലും - ഒരു
ചെങ്കതിർ ശോഭ തൻ ലോകം നേടാൻ.